இலை வடிவில் வெயில்

கவி.விஜய்

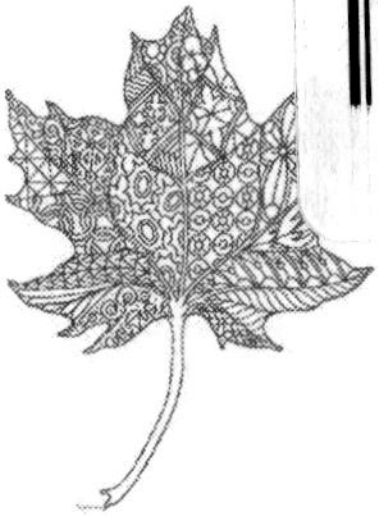

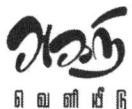

அகநி
வெளியீடு

வெளியீடு : 119
ISBN : 978-93-82810-84-1

இலை வடிவில் வெயில்
(மும்மொழிகளில் ஹைக்கூ கவிதைகள்)
© கவி.விஜய்

ஆங்கில, கன்னட மொழியாக்கம்: **வே.புகழேந்தி**

முதல் பதிப்பு	: அக்டோபர் 2021
பக்கம்	: 216
விலை	: ரூ.180
ஒளியச்சு	: வந்தை முருகுபாரதி
அட்டை வடிவமைப்பு	: ஓவியர் அன்பு, மேலூர்
உள் ஓவியங்கள்	: முனைவர் ப.கருப்புசாமி, பேராசிரியர், திட்டக்குடி
அச்சாக்கம்	: எம்.வி. ஆப்செட் பிரிண்ட்ஸ், சென்னை-5
வெளியீடு	: அகநி வெளியீடு,
	எண் : 3, பாடசாலை வீதி,
	அம்மையப்பட்டு, வந்தவாசி - 604 408
	திருவண்ணாமலை மாவட்டம்
	பேசி : 98426 37637 / 94443 60421
	மின்னஞ்சல் : akaniveliyeedu@gmail.com

ILAI VADIVIL VEYIL
(In Tamil, English and Kannada Languages)
© Kavi.Vijay

English and Kannada Translated by : **Ve.Pugazhendhi**

First Edition	: October 2021
Pages	: 216
Price	: Rs.180
Printing	: M.V. Offset prints, Chennai-600 005.
Published By	: AKANI VELIYEEDU,
	No : 3, Padasaalai Street, Ammaiyappattu
	Vandavasi - 604 408. Thiruvannamalai District
Email	: akaniveliyeedu@gmail.com
	Cell : 98426 37637 / 94443 60421.

ஆளுயர ஹைக்கூ

ஆரூர் தமிழ்நாடன்

கவி.விஜய்...

இவர் பெயரைத் தமிழிலக்கியம் தலையிலே ஏந்த வேண்டிய நேரம் இது. ஏனெனில் ஹைக்கூவுக்குள் வாழ்வின் அனைத்து அனுபவங்களையும் கொட்டிவைத்துக் கொண்டு கும்மாளமடிக்கிறார் நம் கவி.விஜய். இவரை நாம் ஏந்தாவிட்டால், இலக்கியத்திற்கு நாம் அந்நியமாகிவிடக் கூடும்.

தமிழகத்தின் பாஷோ மு.முருகேஷின் தோழமை, இவரையே ஆளுயர ஹைக்கூவாய் ஆக்கியிருக்கிறது.

இவர் சருகுகளையும் பூக்களையும், சிலந்திகளையும், சூரியனையும் தடாகங்களையும், வெயிலையும், மீன்களையும், பறவைகள் போன்றவற்றையும் பாடுவதாகக் காட்டிக்கொண்டு, வாழ்வின் சகல கூறுகளையும் மாயத்தொனியில் நம் மனதிடம் விவரித்து விடுகிறார். அதனால் இதன் ஒவ்வொரு பக்கத்திலும் ஆச்சரியம் நம்மைத் தாலாட்டுகிறது.

ஹைக்கூ என்பதை, சொற்களால் ஆச்சரியப்படுத்துவது என்றும் நேரடியாகத் தூறல் எழுப்புவது என்றும் எண்ணி, அதனிடம் பலரும் தோற்று வருகிறார்கள். இந்தத் தோல்வியை ருசித்தவர்களில் நானும் ஒருவன். நம் கவிஞர் கவி.விஜய், இதிலிருந்து விபரமாய் வேறுபட்டு, ஹைக்கூவையும் வாழ்வின் அனுபவங்களையும் ஒன்றிணைத்துக் கொண்டு இந்த நூலில் விதவிதமாய் வாழ்ந்து தீர்த்திருக்கிறார்.

‘எவரும் நடக்காத
பாதையொன்றில்
இலையுதிர் காலத்தின் இரவு.’

– என்று இயற்கையை வியக்கும் பாஷோ, சாதாரணமாகச் சொல்லிவிட்டுக் கடந்துவிடுகிறார். உயிரினமற்ற இடங்களிலும் உயிர்ப்பாக இயற்கை இயங்குவதை, அது உணர்த்தி உணர்த்தி உள்ளத்தைப் பெருக்க வைத்து விடுகிறது.

அக்மார்க் ஹைக்கூ என்றால் அது படிக்கும்போது நம் மனக்குளத்தில் எந்த சலனத்தையும் ஏற்படுத்தக் கூடாது. ஆனால் அது நெஞ்சுக்குள்

தனது வேதிவினையை மெல்ல மெல்ல நிகழ்த்தத் தொடங்கி, கொஞ்சம் கொஞ்சமாய் அது நம் மனக்குளத்தை, ஆர்ப்பரிக்கும் அலை கடலாக ஆக்கிவிட வேண்டும். அப்படிப்பட்ட ஹைக்கூக்களையே நம் கவி.விஜய் ஆழ்ந்த ஞானத்தோடு இந்தத் தொகுப்பெங்கும் அள்ளித் தந்திருக்கிறார்.

அதனால் இதிலுள்ள ஒவ்வொரு ஹைக்கூவும் அதன் மூன்றடி எல்லைக்குள் இருந்தபடியே, மண்ணுக்கும் விண்ணுக்குமாய் விசுவரூபம் எடுக்கிறது. ஞானக் கதவைக் கொஞ்சம் கொஞ்சமாய்த் திறந்து வைக்கிறது.

> 'தொட்டதும் உதிர்கிறது
> புத்தன் மீது அமர்ந்திருந்த
> வண்ணத்துப்பூச்சி!'

- என்கிறது இந்தத் தொகுப்பின் முதல் ஹைக்கூ. வண்ணத்துப்பூச்சி எழுந்து பறப்பது உதிர்வது போல் தெரிகிறது இந்தக் கவிஞருக்கு. எனில், புத்தன் எவ்வளவு உயரமாக இருக்கிறான் என்பதை அவரவரும் அவரவர் மன உயரத்திற்கு ஏற்ப நிமிர்ந்து பார்த்து ரசிக்கலாம். இதில் வண்ணத்துப் பூச்சியாக இருப்பது நம் மனம் என்று, குறியீடாகக் கொண்டால், புத்த ஞானத்தைத் தொட்டால், உதிர வேண்டிய ஆசையின் வண்ணங்கள் உதிரும் என்றும் இந்த ஹைக்கூ உணர்த்துவதாகத் தோன்றுகிறது. மேலும் வண்ணத்துப்பூச்சி 'உதிர்கிறது' என்ற சொல், அது சிறகடிப்பை மறந்து 'தியான' நிலையில் தரையிறங்குவதையும் உணர்த்துகிறது.

இப்படி இதிலுள்ள ஒவ்வொரு ஹைக்கூவும் நெஞ்சுக்குள் புதிய புதிய அனுபவங்களை அரங்கேற்றுகிறது.

> 'உதிக்கும் சூரியன்
> மேற்கில் சரிகிறது
> மலையின் நிழல்.'

- என்கிற ஹைக்கூ மலையை மட்டுமா சாய்க்கிறது; நம் மனதையும் தன் பக்கம் சாய்த்து விடுகிறது.

> 'வளரும் குட்டியின்
> கழுத்தில் இடம் மாறுகிறது
> விற்ற ஆட்டின் கயிறு.'

- என்ற ஹைக்கூ ஒரு துன்பியல் நாடகத்தையே அரங்கேற்றிக் காட்டி, கண்களுக்குள் கார்காலத்தை வரவழைக்கிறது. கூடவே, காலாகாலமாக இடம் பெயரும் தலைமுறைத் துயரையும் உணர்த்தி வலியூட்டி, வலிவூட்டுகிறது.

ஞானநிலை பெற்றவர்க்கு மணமேடையும் மயான மேடையும் ஒன்றுதான். நம் கைகளைப் பிடித்து, மயானத்திற்கு அழைத்துச்செல்லும் இந்த ஹைக்கூ...

'இறுதிச் சடங்கு
சவக்குழியில் முதலில்
விழுந்தது பூச்சடலம்.'

– என்று ஓசை விலகிய மொழியொன்றால் பேசுகிறது. பூ அழகின் குறியீடு. நிலையில்லா அழகுதான், நம்மைவிடவும் முதலில் குழியைக் காண்கிறது என்று, எங்கிருந்தோ உள்ளுக்குள் உபதேசக் குரலை எழுப்புகிறது இந்த ஹைக்கூ. இதில் பூச்சடலம் என்ற சொல், பறிக்கப்பட்ட மலர்கள் மீதான மரியாதையைப் பன்மடங்காய் ஆக்குகிறது.

மனம் எப்போதும் குளிர்ந்திருக்க வேண்டும். அதன் அனல் முழுதாய் அணைந்திருக்க வேண்டும். புற உலக நிகழ்வுகளுக்கு அது, அபிநயம் செய்யக்கூடாது. இந்த வகையில் பேசும் இந்த ஹைக்கூ...

'தியான மண்டபத்திற்குள்
நுழைய முயற்சித்து
வாசலோடு நிற்கும் வெயில்.'

– என்று உள்ளுக்குள் ஒளியேற்றுகிறது. வெயிலாக நாம் இருக்கும்வரை, நாமே நம் தியான மண்டபத்தை அணுக முடியாது என்பது எவ்வளவு உயரமான உண்மை!

நம் வாழ்வியலுக்கு ஏற்ற வகையில், நூல் நெடுக ஜென் விளக்கைத் தன் ஹைக்கூக் கவிதைகளால் ஏற்றி வைத்திருக்கிறார் கவி.விஜய். அதனால் தொகுப்பு இதமாகச் சுடர்கிறது.

கவி.விஜய் எழுதிய ஒவ்வொரு ஹைக்கூவும் காவியச் சுவையைக் கொண்டிருக்கிறது. மும்மொழிகளில் உயிர்ப்பான ஓவியங்களுடன், உயர்ந்த தொகுப்பாக நம் கைகளுக்கு வந்திருக்கும் இந்த நூல், காலக் கல்வெட்டில், கவி.விஜய்யின் பெயரைக் கச்சிதமாய்ப் பொறிக்கும்.

வாழ்த்துக்களோடு,

-- **ஆரூர் தமிழ்நாடன்**

24.08.2021
சென்னை.

குளக்கரையில் அருகருகே நீயும் நானும்...

மு.முருகேஷ்

அது, கொரோனா தொற்று பரவலின் முதல் அலைக்கும், இரண்டாவது அலைக்குமான இடைப்பட்ட காலம். அலுவலகப் பணிகளைச் செய்தபடியே வீடடங்கிக் கிடப்பது சற்றே மன இறுக்கத்தைத் தர, படியிறங்கித் தெருவுக்கு வந்தேன். ‘வா...’வென இரு கைநீட்டி எனையழைத்தது... யாருமற்ற அந்தத் தெரு.

கிளம்பும்போதே சானிடைசரைக் கைகளில் பயன்படுத்தி, கவனமாக மூக்கையும் வாயையும் மூடியபடி முகக் கவசத்தையும் அணிந்து கொண்டேன். முன்பெல்லாம் யாராவது முகத்தை மூடிக்கொண்டு தெருவுக்குள் வந்ததுமே, பெருங்குரலில் குரைக்கும் நாய், இப்போது எனைப் பார்த்து வெறுமனே முகந்திருப்பிப் போனது. அதற்கும் தற்போதைய நிலை புரிந்திருக்கிறது போலும்.

பத்தடி தூரம் போயிருப்பேன். “என்ன நலமா..?” என்றொரு குரல் அழைத்தது. கம்பீரமான கணீர்க் குரல். ஏற்கெனவே கேட்ட குரலின் பரிச்சயம். திரும்பிப் பார்த்தேன். முகக் கவசம் அணிந்திருந்தார். தலையில் முண்டாசு. ‘யாராயிருக்கும்.?’ என குழம்ப, “என்னைத் தெரியவில்லை..? நான்தான் பாரதி..!” என்றதும், சட்டென என் நினைவுக்கு வந்துவிட்டது அந்த மகாகவியின் குரல்.

“ஆகா... எங்கள் மகாகவியே மன்னியுங்கள். முகக் கவசம் அணிந்திருந்ததால் சட்டென குரலை வைத்து நினைவுக்கு கொண்டுவர முடியவில்லை. நலந்தானே..!” என்றேன் சற்றே பதற்றத்துடன்.

“எல்லாம் நலம்தான். எப்படியிருக்கிறது தமிழ்க் கவிதை..?” என்று பாரதி கேட்கவே, “ம்ம்... நன்றாகவே இருக்கிறது” என்றேன். என் பதிலில் அதிருப்தியானவராய் எதுவும் பேசாமலே நின்ற பாரதி, “நீங்கள் முகநூலில் வரும் கவிதைகளைப் படிப்பதில்லையோ..!” என்றார்.

“பெரும்பாலும் படிக்காமல் தவிர்க்கிறேன்... பாரதி. அதில் வரும் பல கவிதைகள் அள்ளிக்கொட்டிய வார்த்தைக் குவியலாகவும், அவசர

பிரசவங்களாகவும்தான் இருக்கின்றன...” என்று நான் சொன்னதும், “உன் அவதானிப்பு சரிதான். ஆனாலும், ஹைக்கூவிற்கென ஏராளமான குழுக்கள் இருக்கிறதே... கவனித்தீரே..?” என்று மறுகேள்வி கேட்டார் பாரதி.

“எல்லாவற்றிற்கும் முதல் விதை போட்டவர் நீங்கள்தானே..!” என்றதுமே, பாரதியின் கண்கள் கூரடைந்து, என்னையே உற்றுப் பார்த்தன. “தவறாக ஏதாவது சொல்லிவிட்டேனா..?” என்று மெல்லத் தயங்கிக்கொண்டே கேட்டேன்.

“எது தவறு? எது சரி? இதைத் தீர்மானிப்பது காலம்தான்; கவிஞனல்லவே! ஆனாலும், தமிழ் ஹைக்கூ தற்போது அடைந்திருக்கும் உயரம் எனக்கு மகிழ்ச்சியைத் தருகிறது. ஹைக்கூ கவிஞர்கள் இன்னும் தெளிவையும், ஹைக்கூ குறித்த புரிதலையும் பெற வேண்டியுள்ளது” என்ற பாரதியின் குரலில் நம்பிக்கை தொனித்தது.

“வரும்காலங்களில் இன்னும் வீர்யமான படைப்புகளுடன் ஹைக்கூ கவிஞர்கள் மேலெழுவார்கள்... பாரதி” என்றேன் நானும்.

“எனக்கும் அந்த நம்பிக்கையிருக்கிறது. ஆனாலும், தமிழ் ஹைக்கூ ஜப்பானிய மொழிக்குச் செல்லவே ஒரு நூற்றாண்டுக் காலம் காத்திருக்க வேண்டியதாயிற்றே! ‘பிற நாட்டுக் கலைச்செல்வங்கள் யாவும் கொணர்ந்திங்குச் சேர்ப்பீர்’ என்றேன். அதேபோல், தமிழிலக்கியச் செல்வங்களும் பிற மொழிகளுக்குக் கொண்டுசெல்லும் அவசியத்தை ஏனோ இங்கிருப்பவர்கள் செய்வதில்லை. மாற்றம் வரும், இல்லையேல், மாற்றத்தை வர வைப்போம்” என்று பாரதி சொல்லி முடிக்குமுன்னே, காற்றில் நிழலாய்ப் பாரதியின் உருவம் கரைய, செல்பேசி சிணுங்கியது. எடுத்துப் பார்த்தேன். மின்னஞ்சலில் புதுவரவொன்று.

தமிழ், ஆங்கிலம், கன்னடம் என மூன்று மொழிகளான ஹைக்கூ கவிதைகளைக் தம்பி கவி.விஜய் அனுப்பியிருந்தார். எங்கிருந்தோ பெருமகிழ்வோடு பாரதி புன்னகைப்பது போன்ற உணர்வு எனக்குள் கிளர்ந்தது.

‘கை நழுவிய கண்ணாடிக் குடுவை’ எனும் ஹைக்கூ நூலினை 2018-ஆம் ஆண்டில் தனது முதல் நூலாக, படைப்புக் குழுமத்தின் மூலமாக வெளிக்கொண்டு வந்தவர் தம்பி கவி.விஜய். அந்த நூலுக்கு அணிந்துரை எழுதிய கணமும், அந்த நூலின் வெளியீட்டு விழாவில், என்னிலும் உயர்ந்த தம்பி கவி.விஜயைச் சற்றே குனிய வைத்து,

அவரது கன்னத்தில் என் அன்பின் முத்தத்தைப் பதித்த கணமும் என்னால் எப்போதுமே மறக்க முடியாதவை.

தனது முதல் நூலிலேயே மிகுந்த நம்பிக்கையூட்டும் ஹைக்கூ கவிதைகளோடு எனக்கு அறிமுகமான கவி.விஜயின் கவிதைகளுக்கு நான் முதல் ரசிகனானதில் வியப்பொன்றுமில்லை. எம்.பி.ஏ., படித்துவிட்டு, சுயதொழில் செய்யும் ஆர்வத்தோடு இருக்கும் ஒரு கிராமத்து இளைஞன் எதிர்கொள்ளும் எல்லா சவால்களையும் சந்தித்தவர்தான் கவி.விஜய். ஆனாலும், எவ்வித மனச்சோர்வும் இல்லாமல், ''ம்... செய்யலாண்ணே..!'' எனும் ஒற்றைச் சொல்லில் கடந்துபோகும் மனத்துணிவும், தெளிவும் கவி.விஜயிடமிருக்கிறது. இதற்குப் பின்புலமாக இருப்பது அவரது கவிதை மனம் என்பதை அறிந்த பிறகே, கவி.விஜயைக் கொண்டாடத் தொடங்கினேன்.

'கவிதை மனம் படைத்தவர்க்கு தேடலில் ஆர்வமிருக்கும். தேடலுள்ள எவரும் சோர்வடைவதில்லை' என்பதை மீண்டும் நான் கண்டுணர்ந்தது தம்பி கவி.விஜய் வழியே தான். எவ்வளவு நெருக்கடிக்கு மத்தியிலும் தனித்திருந்து யோசிக்கும் பக்குவமும், செல்ல மகளோடு கிளம்பிப்போய் மலையுச்சியில் மல்லாந்து படுத்து, நிலவொளியில் நனையும் பாக்கியமும் இங்கு எத்தனை பேருக்கு வாய்த்திருக்கிறது..?

ஆமாம்... அப்போதும் சொன்னேன்; இப்போதும் சொல்கிறேன். தம்பி கவி.விஜய்... கவிதையைத் தேடி அலைபவர்கள் மத்தியில், கவிதையாகவே வாழ்பவன் நீ. உன் கழுத்திற்கு விழும் புகழ் மாலைகளுக்கும், உன் செயல்பாடுகளுக்கு கிடைக்கும் வெற்றிகளுக்கும் மிகப் பொருத்தமானவன் நீயின்றி வேறு யாருமில்லை.

'கடன் வாங்கியவன்
கைகள் நடுங்குகின்றன...
பிடிமண் போடுகையில்'

- என்ற கவி.விஜயின் முதல் தொகுப்பிலுள்ள கவிதையை வாசித்துவிட்டு, மனம் நடுங்கிப்போனது இன்னமும் என் நினைவில் நிற்கிறது.

ஹைக்கூ என்பது வெறும் காட்சி மட்டுமல்லவே! வாசிக்கும் வாசகனின் மனதோடு கவிதை வரிகளும் ஒன்றிணைய வேண்டும். வாசக மனசோடு சேர்ந்தியங்கும், வாசகனையும் படைப்பாளியாக்கும் வீர்யமான ஹைக்கூ கவிதைகள் கவி.விஜயிடமிருந்து ஒன்றாய், நூறாய் வெளிப்பட்டுள்ளன.

தமிழ் மொழியின் பல்லாயிராமாண்டு செழுமையையும், ஜப்பானிய ஹைக்கூ கவிதையின் நுட்பத்தையும் ஆழமாய் உள்வாங்கி, தமிழில் படைக்கப்படும் ஹைக்கூ கவிதைகள், தமிழகம் கடந்து பிற இந்திய உலக மொழிகளில் செல்ல வேண்டுமென்கிற பெருங்கனவு எனக்குண்டு. கவிக்கோ அப்துல்ரகுமான் அவர்களிடம் நேர்சந்திப்பொன்றில் பகிர்ந்தபோது, "உனக்குப் பிடித்தமான 100 தமிழ் ஹைக்கூ கவிதைகளைத் தொகுத்துக்கொண்டு வா. அதை உலக மொழிகளுக்கு கொண்டுசெல்ல நான் வழி செய்கிறேன்..." என்றார். அந்தப் பணி நிறைவுறுமுன்னே, காலம் கவிக்கோவை நம்மிடமிருந்து பறித்துச் சென்றுவிட்டது.

'இலை வடிவில் வெயில்' எனும் தலைப்பில் தம்பி கவி.விஜயின் தேர்ந்த 198 கவிதைகள் ஆங்கிலத்திலும், கன்னடத்திலும் வருவதில் பேரானந்தம் எனக்கு. பல நாட்கள், பல மணி நேரம் கவி.விஜயின் கவிதைகளோடு கட்டுண்டுக் கிடந்தேன். ஒவ்வொரு வாசிப்பிலும் வேறொரு புதுப்பார்வையைத் தரும் கவிஞரின் ஹைக்கூ கவிதைகள், தமிழில் ஹைக்கூ அடைந்திருக்கும் உயரம் எதுவெனக் காட்டுவதற்கான அளவுகோலாகிறது. ஆங்கிலத்திலும் கன்னடத்திலும் மொழியாக்கம் செய்திருக்கும் கவிஞர் வே.புகழேந்தி அவர்களுக்கு எனது கனிந்த பாராட்டும் நன்றியும்.

எந்தக் கவிதையைச் சொல்ல, எதை விட எனத் தெரியாமல் மனம் திகைத்து நிற்கிறேன். இந்நூலிலுள்ளவை 198 கவிதைகளே என்றாலும், பல நூறு விதமான சிந்தனைக் கிளர்ச்சிகளை உண்டாக்குகின்றன இக்கவிதைகள்.

'குளத்து மீன்களை / ஒன்றாய்க் குவிக்கிறது / பூ உதிர்த்த மரம்'.

சாதாரண காட்சிகள்கூட கவி.விஜயின் ஹைக்கூ கவிதைகளில் கூடுதல் அர்த்தம் பொதிந்தவைகளாக உருமாறுகின்றன.

வாழ்வின் பெரிய தத்துவங்களையெல்லாம்கூட மூன்றே வரிகளில் ஹைக்கூவாகச் சொல்லிவிடும் நுட்பம் கவி.விஜய்க்கு வெகுஇயல்பாய் வாய்த்துள்ளது. பல கவிதைகளில் ஒரு துளி இது;

'உலர்ந்த தும்பி / மெல்லத் தரையிறங்குகிறது / சிலந்தி வலையிலிருந்து'.

எல்லோரும் மழை பார்த்திருக்கிறோம். எல்லோரும் மழையில் நனைந்திருக்கிறோம். ஆனாலும், மழையை ஆழமாக உள்ளுணர்ந்து எழுதுகிறார் கவி.விஜய். ஒன்று இல்லாத போதுதான் மற்றொன்றினை நெருங்கிப் பார்க்கிறோம் என்பதையும் சேர்த்தே உணர்த்தியுள்ளார் இந்த ஹைக்கூவில்.

'மின்சாரம் நின்றதும் / ஆழமாக உணர முடிந்தது / பெய்யும் மழையை'.

வேடன் வீட்டுத் தோட்டத்திலும் விடியற்காலையில் குயில்கள் பாடுவதும், இடையன் தோளில் மாட்டிய தொரட்டி சூரியனை இழுக்க முயற்சிப்பதும், கோபுரத்தில் வாழும் கோயில் புறாக்கள் சேரியில் தானியம் உண்பதையும் அழகும் அர்த்தமுமிக்க ஹைக்கூவாக எழுதியுள்ள தம்பி கவி.விஜய், தமிழ் ஹைக்கூவின் தனித்துவமான கவிஞர் என்று சொல்வதில் பெருமை கொள்கிறேன்.

எனக்குப் பிடித்த, என் மன ஓர்மைக்கு மிக அருகில் நெருங்கிவரும் கவி.விஜய்யின் கவிதைகள், தமிழ் ஹைக்கூவிற்கு புதிய பொழிவையும் செறிவையும் தருகின்றன.

'எல்லோரும் கோவிலுக்குள் / நுழைய, குளக்கரையில் / அமர்ந்துவிட்டேன்'

– என்றெழுதியுள்ள தம்பி கவி.விஜய், உன் இடதுபுறமாய்த் திரும்பிப்பார். நானும்தான் அந்தக் குளக்கரையில்தான் உன் போலொரு துணைக்காக உட்கார்ந்திருக்கிறேன். நீயும் நானும் வேறுவேறல்ல. 'இலை வடிவில் வெயில்' மட்டுமா இருக்கிறது... இதோ... உன் வடிவில் நான். என் வடிவில் நீயிருக்கிறாய்.

தமிழ் ஹைக்கூ இன்னும் தொடப்போகும் உயரங்களில் நீயும் இருப்பாய். உன் கவிதைகளும் இருக்கும்.

இதயமினிக்கும் வாழ்த்துகள்... எனதன்புத் தம்பி கவி.விஜய்க்கு.

22.09.2021 -- **மு.முருகேஷ்**

முதுநிலை உதவி ஆசிரியர்,
'இந்து தமிழ் திசை' நாளிதழ்
வந்தவாசி - 604 408.

A MIDSUMMER DAY'S LONGINGS

It gives me immense pleasure to extend my warm greetings to Mr. Vijay, who is a renowned and outstanding haiku poet in Tamil, on the occasion of launching ceremony of his anthology of 200 Tamil haiku, entitled 'ILAI VADIVIL VEYIL' (The sunlight in a leaf shape). This anthology is being dedicated to the Tamil koorum nallulagam (The Tamil speaking good land) by the poet. Mr Vijay, who is a young entrepreneur by profession and who is not only a poet but also a philanthropist, taking pleasure in the progress of his Co-litterateurs. Most of his haku in this anthology are penned by him based on Zen philosophy. Mr. Vijay takes many incarnations, viz., as a writer, poet, philosopher, donor, entrepreneur etc.,

Being a poet, he dedicates his life for penning, practicing and preaching haiku to the learners. For sake of writing haiku, he used to take risk of travelling for longer distances, covered by picturesque of nature by eye-catching flora and mind-blowing fauna, by his favourite two-wheeler. His love towards his daughter Rashmitha is more than anything else under the sun on the earth. In fact, she is the source of inspiration to the poet for penning many series of meaningful haiku. It may not be improper here to mention that the author of this anthology, poet Vijay's masterpiece haiku is nothing but Rashmitha as she is all for him.

Mr. Vijay, on observing a different haiku of a particular poet either on the walls of face book or in the leaves of periodicals, readily accolades the poet concerned and applauds him/her instantly and he is also in the habit of putting more effort into bringing out the latent talents of young poets in the field of carving haiku.

There is no subject left behind by the author as far as chiseling of haiku is concerned. He is also an expert in writing haiku poems at the background of zen philosophy.

No doubt, by means of translations of his 198 Tamil haiku, into English and Kannada, he not only introduces the mighty power of Tamil haiku and zen philosophy to the literary worlds of different languages, but also tries to highlight his talent in enthralling the haiku readers of all the aforementioned languages.

The trilingual collection of haiku, found in this book certainly take the readers to different destinations of ancient and modern worlds. I hope and trust that the noble soul of Japan's haiku legend Matsuo Basho will bless this anthology abundantly.

It is also a matter of pride to note that this book is releasing with the blessings of outstanding poets, critics and artists with their incredible contributions.

While wishing this trilingual anthology of haiku all the best, to break all the previous records in the field of publication of books of poetry, therby achieving highest sale in the market. I take this opportunity to greet the author to have many more feathers in his cap, in the days to come.

- Dr. V.Pugazhendhi

ಬಿಸಿಲಿಗೊಂದು ಆಕಾರ

ತಮಿಳುನಾಡಿನ ಖ್ಯಾತ ಹೈಕು ಕವಿಗಳಲ್ಲಿ ಬಬ್ಬರಾದ ಕವಿ ವಿಜಯ್ ಅವರ ದ್ವಿತೀಯ ಹೈಕು ಕವನ ಸಂಕಲನವಿದು. 'ಇಲ್ಯೆ ವಡಿವಿಲ್ ವೆಯಿಲ್' (ಎಲೆ ಆಕಾರದ ಬಿಸಿಲು) ಎಂಬುವ ಈ ಹೈಕು ಕವನ ಸಂಕಲನದಲ್ಲಿ ಕಾಣಿಸಿಕೊಂಡಿರುವ 198 ಹೈಕು ಕವನಗಳಲ್ಲಿ ಬಹುತೇಕ ಹೈಕುಗಳು 'ಝೆನ್' ತತ್ವವನ್ನು ಅಳವಡಿಸಿ ರಚಿಸಲ್ಪಟ್ಟಿರುವುದು ಈ ಕೃತಿಗೆ ಶೋಭೆ ತರುವಂತಿದೆ.

ಇಂದಿನ ಕನ್ನಡ ಸಾಹಿತ್ಯದಲ್ಲಿ ಹೈಕು ಕವಿಗಳನ್ನು ಕಾಣುವುದೇ ಅಪರೂಪವಾಗಿರುತ್ತದೆ. ಬೆರಳೆಣಿಕೆಯಲ್ಲಿ ಹೈಕು ಬರೆಯುವ ಕೆಲವೊಬ್ಬರೂ ಹೈಕು ಕವಿತೆಗಳ ವ್ಯಾಕರಣವನ್ನು ಅರಿತು ರಚಿಸುವುದಿಲ್ಲ.

ಮೊದಲ ಸಾಲಿನಲ್ಲಿ ಐದು ಕಾಗುಣಿತಗಳು, (syllables) ಎರಡನೇ ಸಾಲಿನಲ್ಲಿ ಏಳು ಕಾಗುಣಿತಗಳು ಹಾಗೂ ಮೂರನೇ ಸಾಲಿನಲ್ಲಿ ಐದು ಕಾಗುಣಿತಗಳನ್ನು ಜೋಡಿಸಿ ಬರೆಯುವುದೆ ಜಪಾನ್ ದೇಶದಿಂದ ಆಮದಾಗಿರುವ ಹೈಕು ಕವಿತೆಯ ವ್ಯಾಕರಣವಾಗಿರುತ್ತದೆ.

..................................(5)
..................................(7)
..................................(5)

5–7–5 ಕಾಗುಣಿತಗಳನ್ನು ಮೀರದೆ ಬರೆಯು ಬೇಕಾದ ಹೈಕುವಿನ ಸಾಲುಗಳ ಉದ್ದವನ್ನು ಕಡಿತ ಮಾಡಿ ನಮ್ಮ ಅನುಕೂಲಕ್ಕೆ ತಕ್ಕಂತೆ 2–3–2 ಅಥವಾ 3–4–3 ಎಂದೆಲ್ಲ ಸಾಲುಗಳನ್ನು ಅಳವಡಿಸಿಕೊಂಡು ರಚಿಸಬಹುದು. ಆದರೇ ಕನ್ನಡದಲ್ಲಿ ಹೈಕು ಬರೆಯುವ ಇಂದಿನ ಕವಿಗಳು 5–7–5 ಸೂತ್ರವನ್ನು ತಪ್ಪಾಗಿ ಅರ್ಥ ಮಾಡಿಕೊಂಡು ಕಾಗುಣಿತಗಳಿಗೆ (syllables) ಬದಲಾಗಿ 5–7–5 ಅಕ್ಷರಗಳನ್ನು (letters/characters) ಎಣಿಸಿ, ಜೋಡಿಸಿ ಹೈಕು ಕವನಗಳನ್ನು ರಚಿಸುತ್ತಿರುವುದು ವಿಷಾದನೀಯ

ವಿಚಾರ ಮಾತ್ರವಲ್ಲದೆ, ಇಂತಹ ಕ್ರಿಯೆ ಕನ್ನಡ ಹೈಕೂ ಸಾಹಿತ್ಯ ಲೋಕದಲ್ಲಿ ಒಂದು ಕೆಟ್ಟ ಪೂರ್ವ ನಿದರ್ಶನಕ್ಕೆ ನಾಂದಿ ಹಾಡುವಂತಾಗಿದೆ.

ಆದರೆ, ಈ ಸಂಕಲನದ ಲೇಖಕರಾದ ಕವಿ ವಿಜಯ್ ಅವರು, ಒಬ್ಬ ಯುವಕನಾಗಿದ್ದರೂ ತಮಿಳು ಭಾಷೆಯಲ್ಲಿ ವ್ಯಾಕರಣ ತಪ್ಪದೇ ವಿಭಿನ್ನ ರೀತಿಯಲ್ಲಿ ಹೈಕು ರಚಿಸುವುದರಲ್ಲಿ ನುರಿತರು. ಹೈಕುವಿನ ಆಳಗಲವನ್ನು ಅಧ್ಯಯನ ಮಾಡಿ ತಮಿಳಲ್ಲಿ ನೂರಾರು ಪ್ರಬಂಧಗಳನ್ನು ಮಂಡಿಸಿದವರು. ಝೆನ್ ತತ್ವಗಳನ್ನು ಅಳವಡಿಸಿ ಹೈಕು ಕವನಗಳನ್ನು ರೂಪಿಸಿ ಪ್ರಸಿದ್ಧವಾದವರಿವರು. ಪ್ರಕೃತಿ ಮಾತೆಯ ಮಡಿಲಲ್ಲಿ ತೆವಳಿ ನಿಸರ್ಗದ ಅಂದ ಚಂದವನ್ನು ಎತ್ತು ಹಿಡಿದು ಕೀರ್ತಿ ಪಡೆದಿರುವ ಇವರು ಒಬ್ಬ ಉದ್ಯಮಿ ಹಾಗೂ ದಾನಿಯು ಹೌದು. ತಮ್ಮ ಸಹ ಸಾಹಿತಿಗಳು ದಾರಿದ್ರ್ಯದಲ್ಲಿ ನರಳಿದರೆ, ಸ್ವಯಂಪ್ರೇರಣೆಯಿಂದ ಅವರ ನೆರವಿಗೆ ಮುಂದಾಗುವುದು ಕವಿ ವಿಜಯವರ ಸ್ವಭಾವ. ಹಣಕಾಸಿನ ಮೂಲಕ ಮಾತ್ರವಲ್ಲದೆ ಬಡ ಕವಿಗಳಿಗೆ, ಲೇಖಕಗರಿಗೆ ಕೃತಿಗಳ ಮುದ್ರಿಸಿ, ಬಿಡುಗಡೆಗೆ ನೆರವಾಗುವುದರೊಡನೆ, ಕೃತಿಗಳ ಲೋಕಾರ್ಪಣೆ ಸಮಾರಂಭಗಳನ್ನು ತಮ್ಮ ಸ್ವಂತ ಖರ್ಚಿನಲ್ಲೇ ಏರ್ಪಡಿಸಿ ಆನಂದಿಸುವ ಈ ಕವಿಯನ್ನು ಅಭಿನಂದಿಸೋಕೆ ಸೂಕ್ತ ಪದಗಳು ಸಿಗುತ್ತಿಲ್ಲ ನನಗೆ.

ಇಂತಹ ಸದ್ಗುಣಗಳೊಂದಿರುವ ಕವಿ ವಿಜಯವರ ಹೈಕು ಕವಿತೆಗಳು ತಮಿಳು, ಕನ್ನಡ, ಆಂಗ್ಲ ಮುಂತಾದ ತ್ರಿಭಾಷೆಗಳಲ್ಲಿ ಲೋಕಾರ್ಪಣೆಯಾಗಲಿವೆ. ಈ ಅರ್ಥಪೂರ್ಣ ಹೈಕು ಸಂಕಲನವನ್ನು ತ್ರೀಭಾಷಾಭಿಮಾನಿಗಳು ತಪ್ಪದೇ ಕೊಂಡು, ಓದಿ ಕವಿ ವಿಜಯವರ ನಿರಂತರ ಸಾಹಿತ್ಯ ಸೇವೆಗೆ ನೆರವಾಗಲಿ ಎಂದು ಹಾರೈಸುತ್ತೇನೆ. ಕವಿ ವಿಜಯ್ ಅವರ ಇಲೈ ವಡಿವಿಲ್ ವೆಯಿಲ್' (ಎಲೆ ಆಕಾರದ ಬಿಸಿಲು) ಎಂಬುವ ಈ ಹೈಕು ಕವನ ಸಂಕಲನ ವಾಚಕರ ಮಧ್ಯೆ ಓದುವ ಕ್ರಾಂತಿಯನ್ನು ಉಂಟು ಮಾಡಲಿ ಎಂದು ಬಯಸುತ್ತೇನೆ. ಜೈ ಹಿಂದ್, ಜೈ ಕರ್ನಾಟಕ, ಕನ್ನಡವೇ ಸತ್ಯ, ಕನ್ನಡವೇ ನಿತ್ಯ.

– ಡಾ. ವಿ.ಪುಗಳೇಂದಿ
ಕವಿ, ಲೇಖಕರು, ಅನುವಾದಕರು, ವ್ಯಂಗ್ಯಚಿತ್ರಕಾರರು

மேகத்தோடும் நிலவோடும் மிதந்த தருணம்...

கொரோனா பெருந்தொற்று காரணமாக தொழிலில் ஏற்பட்ட சரிவிலிருந்து என்னை மீளெழ வைத்தது, இந்த ஹைக்கூக்களும் ஒத்த மனம்கொண்ட முகநூல் நட்புக்களின் உரையாடல்களுமே தவிர வேறெதுவுமில்லை.

இரண்டு வருடகாலமாக காடு, மலை, கோவில் ஆறுகளெனப் பயண மேற்கொண்டு எழுதியவையே இந்த ஹைக்கூ கவிதைகள். என் ஒவ்வொரு இரவு உறக்கமும் இந்த இரண்டு வருடகாலமாக மூன்று மணிநேரத்திற்குமேல் இருந்ததில்லை. வாசிப்பும் எழுதுவதுமாகவே இருந்தேன். பல தினங்களில் உடல் சோர்வுற்றாலும் மனம் விழிப்புடன் இருந்தது எனக்கு பேராச்சர்யமே.

மனிதர்களோடு உரையாடியதைவிட செடி, கொடி, மரம், நதி, மலைகளோடும் என்னோடுமே அதிகமாக உரையாடியிருக்கிறேன். மேகங்களோடும் நிலவோடும் மிதந்திருக்கிறேன். வெயில், கடுங்குளிர் காலங்கள்கூட என் நேசத்திற்குறிய காலங்களாகின.

சிற்றுயிர்களோடு நேரத்தைச் செலவிட்டிருக்கிறேன். இரவுநேர மழையோடு கரைந்திருக்கிறேன். இயற்கையோடு செலவிடும் தருணங்களும் மகள் ரஷ்மிதாவோடு பல இடங்களுக்குச் சென்று மகிழ்ந்த நிமிடங்களும் ஹைக்கூவிலிருந்து என் மனம் விலகிச் செல்லாமல் இருக்கக் காரணங்களாக இருந்திருக்கின்றன.

என் முதல் தொகுப்பான 'கை நழுவும் கண்ணாடிக் குடுவை' ஹைக்கூ நூலினை வெளியிட்டும், ஏப்பரல் 2021 மாதத்தின் 'கவிச்சுடர் விருதினை' எனக்கு அறிவித்தும் அழகு பார்த்த படைப்புக் குழுமத்தின் நிர்வாகி தோழர் ஜின்னா ஆஸ்மியும், முகநூலில் நான் பதிவிட்டிருந்த -

'பாவைக்கொடிப் பந்தலடியில் / விழுந்துகிடக்கும் / இலை வடிவில் வெயில்'

- என்ற ஹைக்கூவைப் படித்துவிட்டு, இந்த ஒரு ஹைக்கூ இருந்தால் நான் ஒரு நூலே போட்டு விடுவேனென்று அண்ணன் மு.முருகேஷ் அவர்களும் மனம் திறந்து பாராட்டியதுமே இந்நூல் வெளிவர காரணங்களாயின.

இதோ... இந்த ஹைக்கூ நூலினைக் காட்டிலும், இயற்கையோடு நான் செலவிட்ட தருணங்களும் அனுபவங்களும் பல யுகங்கள் வாழ்ந்துவிட்ட திருப்தியினைத் தந்திருக்கின்றன. அந்த அனுபவங்களை முடிந்தளவு உங்களுக்கு இந்தக் கவிதைகளின் வழியே கடத்த முயற்சித்திருக்கிறேன். குழந்தையைப் போல இக்கவிதைகளை அணுகுங்கள். இயற்கையின் மீதான அவதானிப்பும் அனுபவங்களும் பன்மடங்கு உங்களிடம் உயர்வதை உணர்வீர்கள்.

ஹைக்கூக்களை இரு மொழிகளில் மொழிப்பெயர்த்த அண்ணன் வே.புகழேந்தி மற்றும் சிறப்பாக உள்ளோவியங்கள் தீட்டிய ஓவியர் கருப்பசாமி அவர்களுக்கும், அகநி வெளியீட்டிற்கும் நண்பர்களுக்கும் பேரன்பின் நன்றிகள்.

— கவி.விஜய்

மின்னஞ்சல் : vijaykumar9787@gmail.com
செல்பேசி : 96004 56606

இந்நூல்
என்னை ஹைக்கூவாக்கிய
குட்டிக் கவிதை
ரஷ்மிதா செல்லத்துக்கு.

தொட்டதும் உதிர்கிறது
புத்தன் மீது அமர்ந்திருந்த
வண்ணத்துப்பூச்சி.

sheds once it's touched
the butterfly that had
seated on Buddha

ಮುಟ್ಟಿದ ಕೂಡಲೇ ಉದುರಿ ಬಿಡುತ್ತದೆ
ಬುದ್ಧನ ಮೇಲೆ ಕುಳಿತಿದ್ದ
ಚಿಟ್ಟೆಯೊಂದು

கரையைக் கடக்க
துள்ளியெழுந்த மீன்
வீழ்கிறது அதே நீரில்.

the leaping fish to
cross the shore falls
into the same water

ಜಿಗಿದು ಬೀಳುತ್ತದೆ
ದಂಡೆಯನ್ನು ದಾಟೋಕೆ ಪ್ರಯತ್ನಿಸಿದ ಮೀನು
ಮತ್ತೆ ಕೆರೆಯಲ್ಲಿ

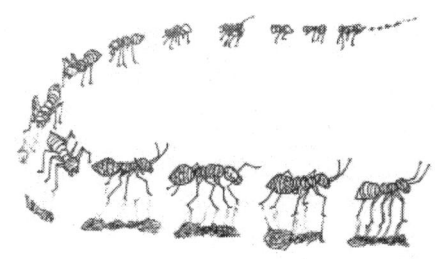

நகரும் வெயில்
எறும்புகளைக் கூடவே
இழுத்துச்செல்கிறது நிழல்.

the crawling sun
dragging the ants together
the shadow

ಚಲಿಸುವ ಬಿಸಿಲು
ಇರುವೆಗಳನ್ನು ಎಳೆದೊಯ್ಯುತ್ತದೆ
ನೆರಳು

ஜன்னலுக்கு வெளியே
நீட்டி யாசகம் கேட்கும்
தொட்டிச் செடி.

asks alms
stretching hands through window
the pot plant

ಯಾಚಿಸುತ್ತದೆ
ಕಿಟಕಿಯ ದ್ವಾರಾ ಕೈಚಾಚಿ
ಮಡಕೆ ಸಸ್ಯ

உதிக்கும் சூரியன்
மேற்கில் சரிகிறது
மலையின் நிழல்.

the rising sun
slides towards west
shadow of the hill

ಉದಿಸುವ ನೇಸರ
ಪಡುವಣದಿ ಜಾರುತ್ತದೆ
ಬೆಟ್ಟದ ನೆರಳು

குளத்து மீன்களை
ஒன்றாய்க் குவிக்கிறது
பூ உதிர்த்த மரம்.

deciduous tree
accumulates together
the pond fish.

ಹೂ ಉದುರಿಸಿದ ಮರ
ಸಂಗ್ರಹಿಸುತ್ತದೆ
ಕೆರೆಯ ಮೀನುಗಳನ್ನು

மரத்தடியைச் சுற்றிவிட்டே
தன் பயணத்தைத் தொடங்குகிறது
உதிர்ந்த சருகு.

starts its journey
after encircling the tree
the shed dryleaf

ಮರವನ್ನು ಸುತ್ತಿದ ಬಳಿಕವೇ
ಪಯಣವನ್ನು ಪ್ರಾರಂಭಿಸುತ್ತದೆ
ತರಗೆಲೆ

ஈரம் காய்ந்ததும்
வானை நோக்கிக் கைகூப்பும்
வேர்க்கடலை இலைகள்.

They worship once gets dried
with hands folded looking up the sky
leaves of peanut plant

ಹಸಿ ಒಣಗಿದ ತಕ್ಷಣ
ಆಕಾಶದೆಡೆಗೆ ಕೈಮುಗಿಯುವವು
ಕಡಲೆಕಾಯಿ ಗಿಡದ ಎಲೆಗಳು

தியான மண்டபத்தைக் கடக்கையில்
சிறுமியின் விரல்கள் மாறுகின்றன...
சின் முத்திரைக்கு.

while passing the meditation hall
girl's fingers turn into
chin mudra.

ಧ್ಯಾನ ಮಂಟಪವನ್ನು ದಾಟುವಾಗ
ಹುಡುಗಿಯ ಕೈಬೆರಳುಗಳು ಮಾರ್ಪಡುತ್ತದೆ
ಯೋಗ ಮುದ್ರೆಗೆ.

சிறகை மட்டுமே விரிக்கிறது
உயரத்திலிருந்து
தரையிறங்கும் பறவை.

It spreads wings alone
while descending land
the bird

ರೆಕ್ಕೆಯನ್ನು ಮಾತ್ರವೇ ಹರಡುತ್ತದೆ
ಎತ್ತರದಿಂದ ಧರೆಗಿಳಿಯುವ
ಪಕ್ಷಿಯೊಂದು

அடரிருள் மயான வாசல்
திரும்பிப் பார்க்க வைக்கும்
சாமந்திப்பூ வாசம்.

cemetery doorway in thick darkness
fragrance of chrysanthemum flower
makes to turn back.

ಕಾರ್ಗತ್ತಲೆಯಲ್ಲಿ ಸ್ಮಶಾನದ ಬಾಗಿಲು
ತಿರುಗಿ ನೋಡುವಂತೆ ಮಾಡುತ್ತದೆ
ಸೇವಂತಿ ಹೂವಿನ ಸುಗಂತ.

தொடரும் உரையாடல்
சில நொடி மௌனமாக்கும்
உதிரும் இலை.

The incessant conversation
makes a moment of silence
the shedding leaf

ಎಡೆಬಿಡದ ಸಂಭಾಷಣೆ
ಕೆಲವು ಕ್ಷಣಗಳನ್ನು ಮೌನ ಮಾಡುತ್ತದೆ
ಉದುರುವ ಎಲೆ

உலர்ந்த தும்பி
மெல்லத் தரையிறங்குகிறது
சிலந்தி வலையிலிருந்து.

The dried dragonfly
ascending down slowly
from the spider's web

ಒಣಗಿದ ದುಂಬಿ
ಧರೆಗಿಳಿಯುತ್ತಿದೆ ಮೆಲ್ಲಗೆ
ಜೇಡರ ಬಲೆಯಿಂದ

கவி.விஜய்

குளத்தில் நீந்திவிட்டு
கோபுர உச்சியில்
ஓய்வெடுக்கும் புறாக்கள்.

after swimming in pond
pigeons take rest
at the top of tower

ಕೆರೆಯಲ್ಲಿ ಈಜಿದ ಬಳಿಕ
ಪಾರಿವಾಳಗಳು ವಿಶ್ರಾಂತಿ ಪಡೆಯುತ್ತವೆ
ಗೋಪುರದ ತುದಿಯಲ್ಲಿ.

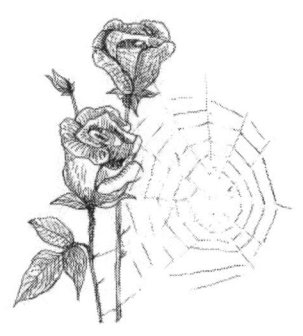

ரோஜாச்செடியை விட்டு
வேகமாக நகர்கிறேன்
பின்னிழுக்கும் சிலந்தி இழைகள்.

Being dragged back
when I pass on leaving rose-plant
spider's web fibre

ಹಿಂದಿನಿಂದ ಎಳೆಯುತ್ತದೆ
ರೋಜ ಗಿಡವನ್ನು ನಾನು ಹಾದುಹೋಗುವಾಗ
ಜೇಡರ ಬಲೆಯ ನೂಲು

வளரும் குட்டியின்
கழுத்தில் இடம் மாறுகிறது
விற்ற ஆட்டின் கயிறு.

rope of sold goat
changes its place in the neck of
growing lamb

ಬೆಳೆಯುವ ಮರಿಯ
ಕೊರಳಲ್ಲಿ ಸ್ಥಳಾಂತರಿಸುತ್ತದೆ
ಮಾರಿದ ಆಡಿನ ಹಗ್ಗ.

நனைந்த எறும்பு
உலர்த்திக் கொள்கிறது
சன்னல் வெயிலில்.

the drenched ant
getting itself dried
in the window light ray

ನೆನೆದ ಇರುವೆ
ಒಣಗಿಸಿಕೊಳ್ಳುತ್ತದೆ
ಕಿಟಕಿಯ ಸೂರ್ಯ ಕಿರಣದಿಂದ.

வானைத் தேடுகிறது
மரத்தடியில் தொங்கும்
செடியின் நுனி.

searching the sky
the tip of plant that's
hanging under the tree

ಆಗಸವನ್ನು ಹುಡುಕುತ್ತದೆ
ಮರದಡಿಯಲ್ಲಿ ನೇತಾಡುವ
ಗಿಡದ ತುದಿ

பலத்த காற்று
மழை வாசத்தோடு நுழைகிறது
பூவின் வாசம்.

Strong wind
fragrance of flower enters
with the petrichor.

ಬಲವಾದ ಗಾಳಿ
ಹೂವಿನ ಸುವಾಸನೆ ಪ್ರವೇಶಿಸುತ್ತಿದೆ
ಮಳೆಯ ವಾಸನೆಯೊಂದಿಗೆ

விண்மீன்களை முன்னிருத்திவிட்டு
அமைதியாய்க் கிடக்கிறது
வானம்.

it remains silent
pushing the stars to the forefront
the sky.

ನಕ್ಷತ್ರಗಳನ್ನು ಮುಂದೆ ನಿಲ್ಲಿಸಿ
ಮೌನಕ್ಕೆ ಶರಣಾಗಿದೆ
ಆಗಸ.

பெருமழைக்குச் சுவரில்
மெல்ல உதிர்ந்து விழுகிறது
இலை ஓவியம்.

For torrential rain
 It sheds and falls off gradually
the leaf art.

ಧಾರಾಕಾರ ಮಳೆಗೆ
ಗೋಡೆಯಿಂದ ಮೆಲ್ಲಗೆ ಉದುರಿ ಬೀಳುತ್ತದೆ
ಎಲೆಯ ಚಿತ್ರ

பள்ளிக்கூட நுழைவு வாயில்
புத்தர் சிலை மடியில்
விதவிதமான பூக்கள்.

the entrance of a school
in the lap of Buddha
variety of flowers.

ಒಂದು ಶಾಲೆಯ ಮುಖ್ಯ ದ್ವಾರ
ಬುದ್ಧನ ಮಡಿಲಲ್ಲಿ
ವಿಧ ವಿಧವಾದ ಹೂಗಳು.

இலகுவாய் கிளைக்குள்
நுழைந்து வெளியேறுகிறது
இலையுதிர்காலக் காற்று.

It exits cooly after entering
Into the branch
the wind of autumn

ಸರಳವಾಗಿ ಕೊಂಬೆಗಳೊಳಗೆ
ಪ್ರವೇಶಿಸಿ ಹೊರನಡೆಯುತ್ತಿದೆ
ಎಲೆ ಉದುರುವ ಕಾಲದ ಗಾಳಿ

இறுதிச் சடங்கு
சவக்குழியில் முதலில்
விழுந்தது பூச்சடலம்.

the last rites
falls at first in funeral pit
the corpse of flower

ಅಂತ್ಯ ಕ್ರಿಯೆ
ಹೆಣದ ಕುಣಿಯಲ್ಲಿ ಮೊದಲು ಬಿದ್ದದ್ದು
ಹೂವಿನ ಶವ

இருண்ட அறை சன்னல்
கண்ணாடியை தடவித் தடவிப் பார்க்கிறது
வழி மறந்த குளவி.

window pane of a darkroom
It keeps caressing the glass
way lost hornet

ಕತ್ತಲೆ ಕೋಣೆಯ ಕಿಟಕಿ
ಗಾಜನ್ನು ಉಜ್ಜಿ ನೋಡುತ್ತದೆ
ದಾರಿ ತಪ್ಪಿದ ಕಣಜ.

கல்லறையின் மேல்
உருகிய மெழுகில்
பூவிதழ் வடிவங்கள்.

In the melted wax
on the tomb
patterns of flower petals

ಗೋರಿಯ ಮೇಲೆ
ಕರಗಿದ ಮೇಣದ ಬತ್ತಿಯಲ್ಲಿ
ಹೂವಿನ ದಳದ ಆಕಾರಗಳು.

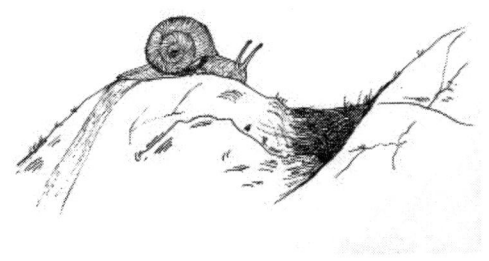

மலைப் பயணம்
பாதியில் முடிவுற்றிருக்கும்
நத்தையின் தடம்.

hill expedition
would have been terminated
snail's track.

ಬೆಟ್ಟ ದಂಡಯಾತ್ರೆ
ಅರ್ಧದಲ್ಲಿ ಮುಕ್ತಾಯವಾಗಿರುತ್ತದೆ
ಬಸವನ ಹುಳುವಿನ ದಾರಿ

இலையுதிர்க் காலம்
கிளைக்குள் நுழைந்து
இமைகளை மூடும் சூரியவொளி.

autumn season
ray of sun causes eye-lids to close
after entering the branches.

ಎಲೆ ಉದುರುವ ಕಾಲ
ಕೊಂಬೆಗಳಲ್ಲಿ ನುಗ್ಗಿ ರೆಪ್ಪೆಗಳ ಮುಚ್ಚುವುದು
ನೇಸರ ಕಿರಣ

மரத்தடிக்குச் செல்ல
முன்னரே படுத்திருக்கிறது
மரமல்லிப் பூ.

when I was under the tree
It had lied down much earlier
millingtonia flower

ಮರದಡಿಗೆ ಹೋಗಿದ್ದಾಗ
ಈಗಾಗಲೇ ಮಲಗಿ ಇತ್ತು
ಆಕಾಶ ಮಲ್ಲಿಗೆ ಹೂ

கூட்டில் காகம்
குஞ்சின் கழுத்தை நீவிவிட்டு
வானத்தைக் காட்டுகிறது.

crow in the nest
shows the sky to chick
after smearing the neck

ಗೂಡಿನಲ್ಲಿ ಕಾಗೆ
ಮರಿಗೆ ಆಗಸವನ್ನು ತೋರಿಸುತ್ತದೆ
ಕೊರಳನ್ನು ಪ್ರೀತಿಯಿಂದ ಸವರಿ

மலைக் கோவில்
கண்கள் மூடியமர்ந்ததும்
உணரமுடிந்தது பூவின் வாசம்.

The rock temple
flower's fragrance could be realised
once I sit with eyes closed

ಬೆಟ್ಟದ ದೇಗುಲ
ಕಣ್ಮುಚ್ಚಿ ಕುಳಿತ ಕೂಡಲೇ
ಅನಿಸುವುದು ಹೂವಿನ ಪರಿಮಳ

கவிஞரின் சுவரொட்டி மேல்
மௌன அஞ்சலி செலுத்தும்
கருப்பு வண்ணத்துப்பூச்சி.

the dark butterfly
pays silent homage
on the poster of poet

ಶ್ರದ್ಧಾಂಜಲಿ ಸಲ್ಲಿಸುತ್ತದೆ
ಅಗಲಿದ ಕವಿಯ ಭಿತ್ತಿಪತ್ರದ ಮೇಲೆ
ಕಪ್ಪು ಚಿಟ್ಟೆಯೊಂದು.

பழகிய குருவி
அருகே வரும்போதெல்லாம்
குவியும் கைவிரல்கள்.

the tamed sparrow
whenever comes near
hands are converged

ಪಳಗಿದ ಗುಬ್ಬಚ್ಚಿ
ಹತ್ತಿರ ಬರುವಾಗಲೆಲ್ಲ
ಮುಗಿಯುತ್ತವೆ ಕರಗಳು.

மலையுச்சியில் கேட்கும்
வாகன சத்தம்
இன்னும் கீழேயிருக்கிறேன் நான்.

vehicle's sound
at the peak of mountain
I am still standing down

ವಾಹನದ ಸದ್ದು
ಬೆಟ್ಟದ ಶಿಖರದ ಮೇಲೆ
ನಾನಿನ್ನೂ ಕೆಳಗೆನೇ ನಿಂತಿದ್ದೇನೆ

வாகனங்கள் மிகுந்த சாலை
விலகி விலகிக் கூடும்
இரு பட்டாம்பூச்சிகள்.

road of vehicular traffic
unite together after frequent deviation
duo butterflies

ವಾಹನಗಳಿಂದ ತುಂಬಿದ ರಸ್ತೆ
ಆಗಲಿ ಆಗಲಿ ಸೇರುವವು
ಜೋಡಿ ಚಿಟ್ಟೆಗಳು

நீர் நிறைந்த ஏரி
தக்கையை சாய்த்துச் சாய்த்து
விளையாடும் காற்று.

water filled lake
wind plays keep tilting
the cork

ಮೈದುಂಬಿದ ಸರೋವರ
ಮರದತೊಗಟೆಯನ್ನು ಪದೇ ಪದೇ ಓರೆಯಾಗಿಸಿ
ಆಡುವ ಗಾಳಿ

இடையன் கையில் தூக்கு
தொட்டுத்தொட்டுப் பின்தொடரும்
மஞ்சள் நிறத்தும்பி.

food carrier in shepherd's hands
follows him by touching
yellow dragonfly

ಕುರುಬನ ಕೈಯಲ್ಲಿ ಊಟದ ಪಾತ್ರೆ
ಮುಟ್ಟಿ ಮುಟ್ಟಿ ಹಿಂಬಾಲಿಸುವುದು
ಹಳದಿ ಬಣ್ಣದ ದುಂಬಿ

சாலையோரத்து மரங்கள்
அருகே செல்லச் செல்ல
மறைகின்றன மலைகள்.

trees along the highway
disappear while nearing
the mountains.

ರಸ್ತೆ ಬದಿಯ ಮರಗಳು
ಹತ್ತಿರ ಹೋಗ್ತಾ ಹೋಗ್ತಾ
ಮರೆಯಾಗುವವು ಬೆಟ್ಟಗಳು

தியான மண்டபத்திற்குள்
நுழைய முயற்சித்து
வாசலிலேயே நிற்கும் வெயில்.

stands in the doorway
after trying to enter the meditation hall
the hot sun

ಧ್ಯಾನ ಸಭಾಂಗಣದೊಳಗೆ
ಪ್ರವೇಶಿಸಲು ಪ್ರಯತ್ನಿಸಿ
ಬಾಗಿಲಲ್ಲೇ ಹಿಂದುಳಿಯುತ್ತದೆ ಬಿಸಿಲು

என்ன வேண்டுதலோ...
யாருமற்ற சிலுவையின் கீழ்
உருகும் மெழுகுவர்த்தி.

what might be the prayer ...
under the no-man holy cross
melting candle

ಏನು ಬೇಡಿಕೆಯೋ
ಯಾರೂ ಇಲ್ಲದ ಶಿಲುಬೆಯ ಕೆಳಗೆ
ಕರಗುವ ಮೇಣದ ಬತ್ತಿ

இனப்பெருக்கக் காலம்
இணையைச் சுமந்து செடிக்கடியில்
மறையும் வண்ணத்துப்பூச்சி.

breeding season
carrying the pair under the plant
hiding butterfly

ಸಂತಾನವೃದ್ಧಿ ಋತು
ಜೋಡಿಯನ್ನು ಹೊತ್ತು ಗಿಡದಡಿಯಲ್ಲಿ
ಮರೆಯಾಗುವ ಚಿಟ್ಟೆ

வயல்வெளி மேடை
நிலவொளியின் கீழ்
தவளைக் கச்சேரி.

dais of open field
under the moonlight
the concert of frog

ಬಯಲು ಸೀಮೆ
ಬೆಳದಿಂಗಳ ಕೆಳಗೆ
ಕಪ್ಪೆಯ ಸಂಗೀತ ಕಚೇರಿ.

அப்பாவின் நினைவு
கடந்துசெல்ல உதவுகிறது
மடியில் விழும் பூ.

memory of father
enables to traverse
flower shed on the lap

ತಂದೆಯ ನೆನಪು
ಅಡ್ಡಹಾಯುವಿಕೆ ಸಕ್ರಿಯಗೊಳಿಸುತ್ತದೆ
ಮಡಿಲಲ್ಲಿ ಬೀಳುವ ಪುಷ್ಪವು

வெட்டவெளியில் படுத்தபடி
பார்க்கிறேன்
செடியைப் பிடித்திறங்கும் சூரியன்.

lying in the open air
I see up above
the descending sun holding plant

ಬಯಲಲ್ಲಿ ಮಲಗಿ
ಮೇಲೆ ನೋಡುತ್ತೇನೆ
ಗಿಡವನ್ನು ಹಿಡಿದು ಕೆಳೆಗಿಳಿಯುವ ನೇಸರ

கோல்ப் மைதானம்
வானத்தை உதிர்த்து
குழிக்குள் பதுங்கும் பந்து.

golf course
abscissing the sky
ball lurks in the hole

ಗಾಲ್ಫ್ ಮೈದಾನ
ಸೂರ್ಯನನ್ನು ಉದುರಿಸಿ
ಗಾಲ್ಫ್ ರಂಧ್ರದಲ್ಲಿ ಅವಿತಿರುವ ಚೆಂಡು

எலியின் வழித்தடம்
மூடியிருக்கும் சருகுக்கடியில்
படுத்திருக்கும் பாம்புச் சட்டை.

track of the rat
under the closed heap of dryleaves
lying snake's slough

ಇಲಿಯ ದಾರಿ
ಮುಚ್ಚಿರುವ ತರಗೆಲೆಗಳ ಅಡಿಯಲ್ಲಿ
ಕಳಚಿದ ಹಾವಿನ ಪೊರೆ

பவுர்ணமி இரவு
குருவிற்கு அருகே சீடர்கள்
பிறை நிலவாய்.

on a full moon night
disciples with the preceptor
as crescent moon

ಹುಣ್ಣಿಮೆಯ ರಾತ್ರಿ
ಗುರುವಿನ ಪಕ್ಕದಲ್ಲಿ ಶಿಷ್ಯರು
ಅರ್ಧ ಚಂದ್ರ ನಂತೆ

திரண்டு ஓடும் மேகம்
கூழாங்கல்லில் அமர்ந்து
ஏதோ சொல்ல முனைகிறது தும்பி.

movement of thronged clouds
sitting on the pebble. .
dragonfly tries to say something

ಕಿಕ್ಕಿರಿದು ಚಲಿಸುವ ಮೋಡಗಳು
ಬೆಣಚು ಕಲ್ಲಿನ ಮೇಲೆ ಕುಳಿತು
ಯಾವುದೋ ಹೇಳುವ ದುಂಬಿ

விழும் தூறல்
முற்றிலும் நனையும்வரை
துள்ளிக் குதிக்கும் சருகுகள்.

falling drizzle
until a complete drench
the leaping dryleaves

ಬೀಳುವ ತುಂತುರು
ಪೂರ್ಣವಾಗಿ ನೆನೆಯುವ ತನಕ
ಜಿಗಿಯುವ ತರೆಗೆಲೆಗಳು

பிரபஞ்சத்தை அசைத்து
மண்ணைத் தொடுகின்றன
கண்ணீர்த் துளிகள்.

teardrops
touch the earth
after trembling the universe

ಕಂಬನಿಗಳು
ಭೂಮಿಯನ್ನು ತಲುಪುತ್ತವೆ
ಪ್ರಪಂಚವನ್ನು ನಡುಗಿಸಿದ ಬಳಿಕ

மழை விட்டதும்
மகிழுந்துக் கண்ணாடியில்
நிறமற்ற வானவில்.

when the rain stopped
there appears colourless rainbow
on windshield of the car

ಮಳೆ ನಿಂತ್ಹೋದ ಕೊಡಲೇ
ಕಾರ್ ಗಾಜಿನ ಮೇಲೆ
ಬಣ್ಣಗಳು ರಹಿತ ಕಾಮನ ಬಿಲ್ಲು

கோவில் குளம்
மீன்களின் துணையோடு
நீந்தும் ஈ·சல் இறகுகள்.

In the temple pond
feather of termites swim
with the help of fishes

ದೇಗುಲದ ಕೆರೆ
ಮೀನುಗಳ ನೆರವಿನೊಂದಿಗೆ
ಈಜುವ ಗೆದ್ದಲ ರೆಕ್ಕೆಗಳು

சேற்றில் உதிர்ந்த
பூ எடுத்ததும்
திரும்புகிறது - மஞ்சள் நிறத்திற்கே.

when sludge fallen flower
is picked up,
Its colour turns-back to yellow

ಕೆಸರಲ್ಲಿ ಬಿದ್ದ ಹೂವನ್ನು
ಕೈಗಳಿಂದ ತೆಗೆದ ಬಳಿಕ
ಮರಳಿ ತಿರುಗುವುದು ಹಳದಿ ಬಣ್ಣಕ್ಕೆ

புத்தனோடு நீண்டநேரமாய்
பேசிக் கொண்டிருக்கிறது
காய்ந்த இலை.

Indulges in lengthy conversation
with Gautama Buddha
the dry leaf

ಗೌತಮ ಬುದ್ಧನೊಂದಿಗೆ
ಸುದೀರ್ಘ ಸಂಭಾಷಣೆಯಲ್ಲಿ
ಪಾಲ್ಗೊಳ್ಳುತ್ತದೆ ತರಗೆಲೆ

ஒரே இடையன்
இரு குழுவாய் மேய்கின்றன
செம்மறியும் வெள்ளாடும்.

the lonely shepherd
they are grazing as two flocks
the sheep and goat

ಒಬ್ಬನೇ ಕುರುಬನು
ಎರಡು ಗುಂಪಾಗಿ ಮೇಯುತ್ತಿವೆ
ಮೇಕೆಗಳೂ ಆಡುಗಳೂ

பல்வேறு திசையில்
தனித்தனியாகப் பயணிக்கும்
ஒரே மரத்தின் சருகுகள்.

they travel separately
in different directions.
dryleaves of same tree

ವಿಭಿನ್ನ ದಿಕ್ಕಿನಲ್ಲಿ
ಪ್ರತ್ಯೇಕವಾಗಿ ಪ್ರಯಾಣಿಸುತ್ತವೆ
ಒಂದೇ ಮರದ ತರಗೆಲೆಗಳು

மசூதியில் அழைப்பு ஓசை
நிற்கும் நொடியில்
தொடர்கிறது குயில்.

when the calling sound
from the mosque stops
there continues a cuckoo

ಮಸೀದಿಯ ಕರೆಯೋಲೆ ನಿಂತಾಗ
ಮುಂದುವರಿಯುತ್ತಿದೆ
ಆ ಕೋಗಿಲೆ

கரையில் மீன்கொத்தி
அசையவேயில்லை
மீன்கள் நிறைந்த கிணறு.

Kingfisher on the shore
didn't move at all
the fish-filled well

ತೀರದಲ್ಲಿ ಮಿಂಚುಳ್ಳಿ
ಅಲ್ಲಾಡಲೇ ಇಲ್ಲ
ಮೀನುಗಳು ತುಂಬಿದ ಬಾವಿ

எதிரெதிரே துறவிகள்
ஒன்றும் பேசவில்லை
புன்னகைக்கவுமில்லை.

two monks came face-to-face
they neither chat with,
nor smiled at.

ಇಬ್ಬರು ಭಿಕ್ಷುಗಳು
ಮುಖಾಮುಖಿಯಾಗಿ ಸಂದಿಸುವಾಗ
ಮಾತಿಲ್ಲ, ಕಿರುನಗೆಯೂ ಇಲ್ಲ.

கம்பி வலையை எப்படி பிரிப்பது
நுழைந்து காய்த்திருக்கிறது
கொடியொன்று.

how to unleash wire mesh
a creeper entered inside and
beared unriped fruit.

ಹೇಗೆ ಸಡಿಲಿಸಲಿ ತಂತಿ ಬಲೆಯನ್ನು
ಒಳನುಗ್ಗಿ ಕಾಯಿ ಬಿಟ್ಟಿದೆ
ಬಳ್ಳಿಯೊಂದು.

தவளையின் பாடலுக்கு
இசையெழுப்புகிறது
நெகிழிக்கூரை.

plastic roof
composes music to the tune of
frog's song.

ಕಪ್ಪೆಯ ಹಾಡು
ತಾಳಕ್ಕೆ ತಕ್ಕಂತೆ ಕುಣಿದಾಡುತ್ತಿದೆ
ಪ್ಲಾಸ್ಟಿಕ್ ಮೇಲ್ಛಾವಣಿ

கார்த்திகைத் திருநாள்
மலையுச்சியில் தீபமேற்றுகிறது
அந்திச் சூரியன்.

Karthikai feast
It lights at the peak of hill
the twilight sun

ಕಾರ್ತಿಕ ಹಬ್ಬ
ಬೆಟ್ಟದ ಶಿಖರದಲ್ಲಿ ಬೆಳಕು ಹಚ್ಚುತ್ತದೆ
ಸೂರ್ಯನ ಸಂಧಿಪ್ರಕಾಶ

மரம் வெட்டிய இடத்தில்
கடந்தபடியிருக்கும்
பறவைகளின் நிழல்.

In the place of tree felling
It keeps crossing
shadow of the bird

ಮರವ ಕಡಿದ ಜಾಗದಲ್ಲಿ
ಹಾದು ಹೋಗುತ್ತಾ ಇರುತ್ತದೆ
ಹಕ್ಕಿಯ ನೆರಳು.

வாசல் பெருக்கும் அம்மா
அழகு செய்கிறது
பூக்களை உருட்டி வந்த காற்று.

mother sweeps the doorway
It enhances beauty
wind that rolls down the-flowers

ಬಾಗಿಲಲ್ಲಿ ಕಸಗುಡಿಸುವ ತಾಯಿ
ಅಂದ ಚಂದವನ್ನು ಹೆಚ್ಚಿಸುತ್ತಿದೆ
ಹೂಗಳನ್ನು ಉರುಳಿಸಿ ಬಂದ ಗಾಳಿ

கோவைக்கொடி பந்தலடியில்.
விழுந்து கிடக்கும்
இலை வடிவில் வெயில்.

It lays down
under Ivy-gourd creeper awning
the leaf shaped sunlight

ತೊಂಡೆಕಾಯಿ ಬಳ್ಳಿಯ
ಚಪ್ಪರದ ಅಡಿಯಲ್ಲಿ ಚದುರುತ್ತದೆ
ಎಲೆಯ ಆಕಾರದ ಬಿಸಿಲು.

மரத்திலேறும் புழு
கீழே உரசித் தள்ளுகிறது
செடியசைக்கும் காற்று.

the tree climbing worm
being pushed down by brushing
plant waving wind

ಮರ ಹತ್ತುವ ಹುಳು
ಸ್ಪರ್ಶಿಸಿ ಕೆಳಗೆ ದಬ್ಬುತ್ತದೆ
ಗಿಡವನ್ನು ಅಲ್ಲಾಡಿಸುವ ಗಾಳಿ

கிழக்கே திரும்ப
கண்ணாடியில் மறைகிறது
அந்திச் சூரியன்.

It disappears in the mirror
when returns towards east
the setting sun.

ಮೂಡಣದಿ ಹಿಂತಿರುಗುವಾಗ
ಕನ್ನಡಿಯಲ್ಲಿ ಮರೆಯಾಗುತ್ತದೆ
ಸಂಜೆಯ ನೇಸರ

இறுகிய சுவர்
ஆணியடிக்க
பெரும் சத்தம்.

hardened concrete wall
while driving the nail...
a lot of noice.

ಗಟ್ಟಿಯಾದ ಗೋಡೆ
ಮೊಳೆ ಹೊಡೆಯುವಾಗ
ಮಾಡುವುದು ಹೆಚ್ಚಿನ ಸದ್ದು

பறவைகள் இரைக்கொத்தும்
சப்தம் நின்றதும்
சத்தமிடும் அணில்.

It makes noice
once the birds' pecking is stopped
the squirrel

ಹಕ್ಕಿಗಳ ಕುಟುಕುವ ಸದ್ದು ನಿಂತ ಮೇಲೆ
ಎಡೆಬಿಡದೆ ಶಬ್ದ ಮಾಡುತ್ತದೆ
ಅಳಿಲು

அம்மாவின் கல்லறையைச்
ஒருமுறை சுற்றிவிட்டுச்
செல்கின்றன சருகுகள்.

they depart
after going around mother's tomb once
the dryleaves.

ಅಮ್ಮಳ ಸಮಾಧಿಯನ್ನು
ಒಂದು ಸಾರಿ ಸುತ್ತಿ ಬಂದು
ಅಗಲುತ್ತವೆ ತರಗೆಲೆಗಳು

வானை அளந்து
இலையில் குறிக்கிறது
புழு.

After measuring the sky
It marks on the leaf
the worm

ಆಗಸವನ್ನು ಅಳತು
ಎಲೆಯಲ್ಲಿ ಗುರುತಿಸುತ್ತದೆ
ಹುಳು

மரக்கிளை நடுவே
உதிரும் வெயில்
குளிர்காயும் மீன்கள்.

shedding sunlight
in between the branches
the basking fishes

ಕೊಂಬೆಗಳ ನಡುವೆ
ಉದುರುವ ಬಿಸಿಲು
ಮೈ ಕಾಯಿಸಿಕೊಳ್ಳುವ ಮೀನುಗಳು.

பாஷோ இல்லை
நீர் வற்றிய பள்ளத்தில்
அதே தவளைச் சத்தம்.

No Matsuo Basho
the similar croack
from dried pit

ಮ್ಯಾತ್ಸೋ ಬಾಶೋ ಇಲ್ಲ
ನೀರು ಬತ್ತಿದ ಕುಳಿಯಲ್ಲಿ
ಅದೇ ಕಪ್ಪೆಯ ಕರ-ಕರ

மத்தியான வெயில்
தவழும் இறகை
மண்ணில் சாய்க்கிறது மழை.

Mid day sun
the crawling feather being
tilted to land by rain

ನಡುಹಗಲಿನ ನೇಸರ
ತೆವಳುವ ಗರಿಯನ್ನು ಮಣ್ಣಿನ ಕಡೆ
ಓರೆಮಾಡುತ್ತದೆ ಮಳೆ

உதிரும் பூ
மெல்ல அமர்கிறது
பாசியின் மேல்.

deciduous flower
sits gently
on the moss

ಪತನಶೀಲ ಹೂವು
ಮೆಲ್ಲಗೆ ಕೂರುತ್ತದೆ
ಪಾಚಿಯ ಮೇಲೆ.

பட்டுப்போன போதிமரத்தடியில்
குடைப் பிடிக்கிறது
வெள்ளைக் காளான்.

the white mushroom
holds umbrella
under the withered peepal tree

ಬಿಳಿ ಅಣಬೆ
ಕೊಡೆ ಹಿಡಿಯುತ್ತದೆ
ಕಮರಿದ ಅಶ್ವತ್ಥಮರದ ಅಡಿಯಲ್ಲಿ

கடற்கரைச் சிலை
காலைத்தொட்டு எழுகிறது
சூரியன்.

Statue in the beach
raises touching the feet
the sun.

ಕಡಲತೀರದಲ್ಲಿ ಪ್ರತಿಮೆ
ಏಳುತ್ತದೆ ಕಾಲ್ಗಳನ್ನು ಮುಟ್ಟಿ
ನೇಸರ.

விளையாடும் குரங்குகள்
ஆலமரத்தை அசைக்கின்றன
நீரில் கால் வைத்து.

The playing monkeys
shake the banyan tree
placing legs in water

ಆಡುವ ಕೋತಿಗಳು
ಆಳದ ಮರವನ್ನು ಅಲ್ಲಾಡುತ್ತವೆ
ನೀರಲ್ಲಿ ಕಾಲ್ಗಳನ್ನು ಇಟ್ಟು.

எரியும் அகல் விளக்கு
எண்ணெய் குறைய
நெருங்கும் இருள்.

the burning votive clay lamp
darkness approaches
when oil decreases.

ಉರಿಯುವ ಹಣತೆ
ಎಣ್ಣೆ ಕಡಿಮೆಯಾಗುತ್ತಾ
ಸಮೀಪಿಸುವ ಕತ್ತಲು

வானத்தை உற்றுப்பார்க்க
அருகே வந்து செல்லும்
நிலவின் கதிர்கள்.

When I gaze into the sky
they approach me and depart
rays of the moon

ಆಗಸವನ್ನು ವೀಕ್ಷಿಸುವಾಗ
ನನ್ನನ್ನು ಸಮೀಪಿಸಿ ಹೊರಡುತ್ತವೆ
ಚಂದ್ರನ ಕಿರಣಗಳು.

துளிர்விடும் செடியில்
சிறகை மூடி மெல்ல சுழல்கிறது
வண்ணத்துப்பூச்சி.

In a germinating plant
It rotates closing the wings
the butterfly

ಚಿಗುರುವ ಗಿಡ ಒಂದರಲ್ಲಿ
ರೆಕ್ಕೆಯನ್ನು ಮುಚ್ಚಿ ಮೆಲ್ಲಗೆ ತಿರುಗುತ್ತದೆ
ಚಿಟ್ಟೆ

கல்லெறிந்து குதூகலிக்கும்
குழந்தை
அழகாய் காட்டுகிறது குளம்.

Stone pelting child delights.
It is magnificently reflected
by the pond

ಕಲ್ಲು ಎಸೆದು ಕುತೂಹಲಿಸುವ ಮಗು
ದೃಶ್ಯವನ್ನು ಚೆನ್ನಾಗಿ ತೋರಿಸುತ್ತದೆ
ಆ ಕೆರೆ

தெளியும் சேற்று நீர்
கரையைப் பார்க்கிறது
தவளையின் கண்கள்.

clearing sludge water
sees the bund
eyes of frog

ತಿಳಿಯುವ ಕೆಸರಿನ ನೀರು
ದಂಡೆಯನ್ನು ನೋಡುತ್ತವೆ
ಕಪ್ಪೆಯ ಕಣ್ಣುಗಳು

நீரில் மரக்கிளை பிம்பம்
நடுவே குவிந்து விரிகிறது
அந்திச் சூரியன்.

Image of branch in water
converges and diverges in middle
evening sun.

ನೀರಲ್ಲಿ ಟೊಂಗೆಯ ಬಿಂಬ
ಒಮ್ಮುಖವಾಗಿ ಕವಲಾಗುವುದು
ಸಂಜೆಯ ನೇಸರ

பழைய பாலம்
மெல்லக் கடக்கிறது
உதிர்ந்த பூ.

The old bridge
passes slowly
the deciduous flower

ಹಳೆಯ ಸೇತುವೆ
ಮೆಲ್ಲಗೆ ಚಲಿಸುತ್ತದೆ
ಪತನಶೀಲ ಹೂವೊಂದು

உறுதியான காம்பு
மரத்தடியில் உதிர்ந்து கிடக்கும்
பூவிதழ்கள்.

The firm stalk
found laying under the tree
the petals

ದೃಢವಾದ ಕಾಂಡ
ಮರದಡಿಯಲ್ಲಿ ಉದುರಿ ಬಿದ್ದಿರುತ್ತವೆ
ಹೂವಿನ ದಳಗಳು

பாறையைத் தொடும்போது
கூடுதல் இசை மீட்டுகிறது
கடல் அலை.

while touching the rock
the sea-wave plays
additional music

ಬಂಡೆಯನ್ನು ಸ್ಪರ್ಶಿಸುವಾಗ
ಹೆಚ್ಚುವರಿ ಸಂಗೀತವನ್ನು ನುಡಿಸುವುದು
ಕಡಲ ಅಲೆ

கோவில் குளத்துச்சுவரில்
ஓய்வெடுக்கிறது
பிய்ந்துபோன பூக்கூடை.

It takes rest
on the wall of temple pond
avulsed flower basket

ದೇವಾಲಯದ ಕೆರೆಯ ಗೋಡೆಯಲ್ಲಿ
ವಿಶ್ರಾಂತಿ ಪಡೆಯುತ್ತದೆ
ಕಿತ್ತು ಹಾಕಿದ್ದ ಹೂವಿನ ಬುಟ್ಟಿ

நீரின் மேல் எட்டிப்பார்த்து
வாய்த் திறக்கும் மீன்
வெளியேறும் குஞ்சுகள்.

fish opens mouth
after peeping on the water.
eliminating fish fries

ನೀರಿನ ಮೇಲೆ ಇಣಕಿ ನೋಡಿ
ಬಾಯಿ ತೆರೆಯುವ ಮೀನು.
ಹೊರ ಹೋಗುವ ಮೀನುಮರಿಗಳು

உரசும் மீன்கள்
பூர்ண அமைதியில்
நத்தை.

Caressing fishes
the snail is in
perfect silence.

ಸ್ಪರ್ಶಿಸುವ ಮೀನುಗಳು
ಸಂಪೂರ್ಣ ನಿಶ್ಯಬ್ದದಲ್ಲಿ
ಬಸವನ ಹುಳು

அந்திப் பொழுது
வீடு திரும்பும் இடைச்சியின் கையில்
ஓய்வெடுக்கும் கழி.

the time of twilght
resting stick in the hands of
home returning shepherdess.

ಮುಸ್ಸಂಜೆಯ ವೇಳೆ
ಮನೆಗೆ ಹಿಂತಿರುಗುವ ಕುರುಬಗಿತ್ತಿ ಕೈಯಲ್ಲಿ
ವಿಶ್ರಾಂತಿ ಪಡೆಯುವ ಕೋಲು.

உதிக்கும் சூரியன்
பனித்துளியில் மாலையேந்தும்
சிலந்திவலை.

The rising sun
carrying garland in dew drops
the spider web.

ಸೂರ್ಯೋದಯ
ಮಂಜಿನ ಹನಿಯಲ್ಲಿ ಹಾರವ ಹೊರುವ
ಜೇಡರ ಬಲೆ

உதிர்ந்த சருகில்
என்ன இருக்கிறது
ஊர்ந்தபடியிருக்கும் எறும்பு.

what might be there
in deciduous dryleaf
the creeping ant.

ಏನು ಇರುತ್ತದೆ
ಉದುರಿದ ತರಗೆಲೆಯಲ್ಲಿ
ತೆವಳುವ ಇರುವೆ.

திடீர் காற்று
தேக்கு மரத்தடியில் பூ வடிவில்
விலகி நிற்கும் சருகுகள்.

The sudden wind
the flower shape aloofing dryleaves
under teak tree

ದಿಢೀರ್ ಗಾಳಿ
ತೇಗದ ಮರದಡಿಯಲ್ಲಿ ಹೂವಿನ ಆಕಾರದಲ್ಲಿ
ಹೊರಗುಳಿಯುವ ತರಗೆಲೆಗಳು

இளவெயில்
உதிர்ந்த சுள்ளியில்
விலகித் துடிக்கிறது புழு.

The morning sun
Aloofing worm throbs
In the fallen twig

ಮುಂಜಾನೆಯ ನೇಸರ.
ಉದುರಿದ ರೆಂಬೆಯಲ್ಲಿ
ಹೊರಗುಳಿದು ಚಡಪಡಿಸುವ ಹುಳು.

தட்டு நீட்டும் சிறுமி
இசைப்பயிற்சி அளிக்கிறது
மழை.

Bowl stretching girl
Imparts musical training
the rain.

ತಟ್ಟೆ ಚಾಚುವ ಹುಡುಗಿ
ಸಂಗೀತ ತರಬೇತಿ ನೀಡುವುದು
ಮಳೆ.

குயில் சென்றதும்
தனியாய் நிற்கிறது
தென்னை மரம்.

the coconut tree
stands alone
after cuckoo's departure

ಕೋಗಿಲೆಯ ನಿರ್ಗಮನದ ಬಳಿಕ
ಒಂಟಿಯಾಗಿ ನಿಂತಿದೆ
ತೆಂಗಿನ ಮರ

சுழன்ற குழந்தை
தரையில் அமர்ந்து இரசிக்கிறது
விரிவடையும் தூளி.

spinned baby
admires sitting on floor
the unfurling cloth cradle.

ತಿರುಗುವ ಮಗು
ದರೆಯಲ್ಲಿ ಕುಳಿತು ಮೆಚ್ಚಿಕೊಳ್ಳುತ್ತದೆ
ಬಿಚ್ಚೆ ಹರಡುವ ಜೋಲಿ

தூர்க்கப்பட்ட வழித்தடம்
வயல் நடுவே புதிய பாதை
மழை வெள்ளம்.

silt removed pathway
a new route in the midst of field
the flash flood

ಹೂಳೆತ್ತಿದ ದಾರಿ
ಜಮೀನಿನ ನಡುವೆ ಹೊಸ ಹಾದಿ
ಮಳೆ, ಪ್ರವಾಹ

அந்திப் பொழுது
வெறுமனே பாடியபடி
கூடு திரும்பும் பறவைகள்.

In the dusk
birds return to nests
by merely singing.

ಸಂದಿಪ್ರಕಾಶದ ವೇಳೆ
ಬರೀ ಹಾಡುತ್ತಾ
ಗೂಡಿಗೆ ಹಿಂತಿರುಗುತ್ತವೆ ಹಕ್ಕಿಗಳು

யாருமற்ற வீட்டு வாசல்
பரவிப் பூத்திருக்கிறது
பரங்கிக்கொடி.

Unmanned doorway
bloomed by spreading
the red pumpkin creeper

ಯಾರಿಲ್ಲದ ಮನೆಯ ಬಾಗಿಲು
ಅರಳಿ ಹರಡಿದೆ
ಕುಂಬಳಕಾಯಿಯ ಬಳ್ಳಿ

உதிரும் நிலையில் பூ
தண்டைப் பிடித்து ஏறுகிறது
சிறகிழந்த தேனீ.

Flower in deciduous stage
climbs holding the stem
the wingless honeybee

ಉದುರುವ ಸ್ಥಿತಿಯಲ್ಲಿ ಹೂವು
ತಾಳನ್ನು ಹಿಡಿದು ಮೇಲೇರುತ್ತದೆ
ರೆಕ್ಕೆಯಿಲ್ಲದ ಜೇನಿನ ಹುಳು

மரங்கள் இழந்த காடு
பறவைகள்
தாழப்பறந்து கடக்கின்றன.

treeless forest
the birds cross by
flying at low level.

ಮರಗಳು ರಹಿತ ಕಾಡು
ಕೆಳಮಟ್ಟದಲ್ಲಿ ಹಾರಿ
ಹಾಯ್ದು ಹೋಗುತ್ತವೆ ಹಕ್ಕಿಗಳು

எவ்வளவு ஆசை
சூரியனைப் பார்த்து
வாய்த்திறக்கும் மீன்.

What a desire!
fish opens its mouth
observing the sun.

ಎಂಥ ಒಂದು ಬಯಕೆ!
ಬಾಯಿ ತೆರೆಯುತ್ತದೆ ಮೀನು
ಸೂರ್ಯನ ಕಡೆ ನೋಡಿ

உதிர்ந்த சருகு
மேலே உயர்த்தித் தரைக்கு
இறக்குகிறது காற்று.

deciduous dryleaf
getting landed after ascending
by the wind

ಉದುರಿದ ತರಗೆಲೆ
ಮೇಲೆ ಏರಿಸಿ ಧರೆಗಿಳಿಸುತ್ತಿದೆ
ಗಾಳಿ

பட்டுப்போன கிளைக்கு
வந்ததும் கூடுதலாகிறது
நிலா வெளிச்சம்.

When arrives at the
withered branch
the moonlight gets enhanced

ಕಮರಿದ ಟೊಂಗೆಗೆ
ಬಂದಕೂಡಲೇ ಹೆಚ್ಚಾಗುತ್ತದೆ
ಬೆಳದಿಂಗಳು

இரசிக்க முடியவில்லை
இந்த வீதியில் தினமும் வீசுகிறது
சாமந்திப்பூ வாசம்.

unable to admire
daily spreads in this street
fragrance of Chrysanthemum

ಮೆಚೋಕೆ ಆಗ್ತಿಲ್ಲ
ಈ ಬೀದಿಯಲ್ಲಿ ದಿನವು ಬೀಸುತ್ತದೆ
ಸೇವಂತಿ ಹೂವಿನ ಸುವಾಸನೆ

நீர் வற்றும் ஏரி
குஞ்சு விட்டிருக்கிறது
மீன்.

Fish
in the drying lake
gives birth to fry

ಬತ್ತುವ ಸರೋವರ
ಮರಿ ಹಾಕಿದೆ
ಮೀನು

துரத்தும் நாய்
நின்றதும்
வாலாட்டத் தொடங்குகிறது.

the chasing dog
started wagging tail
once I stopped running

ಬೆನ್ನು ಹತ್ತುವ ನಾಯಿ
ಅಲ್ಲಾಡಿಸುತ್ತದೆ ಬಾಲನ್ನು
ನನ್ನ ಓಟ ನಿಂತ ಬಳಿಕ

குளிக்கச் செல்ல
கரையிலேயே நின்றுவிட்டேன்
படியில் விளையாடும் மீன்கள்.

I went for bath
stayed back at the bund
fishes play on the stairs

ಸ್ನಾನಕ್ಕೆ ಹೋಗಿದ್ದೆ
ದಂಡೆಯ ಮೇಲೇನೆ ನಿಂತುಬಿಟ್ಟೆನು
ಮೀನುಗಳು ಮೆಟ್ಟಿಲುಗಳ ಮೇಲೆ ಆಡುತ್ತವೆ

நீருக்குள் மீன்
சுற்றிச் சுற்றி வரும்
ஒரே பறவையின் நிழல்.

fish in the water
Keeps coming around
shadow of the lonely bird

ನೀರಿನಲ್ಲಿ ಮೀನು
ಸುತ್ತಿ ಸುತ್ತಿ ಬರುತ್ತದೆ
ಏಕೈಕ ಪಕ್ಷಿಯ ನೆರಳು

பனிக்காலை
நெற்பயிர் நுனியில்
ஊஞ்சல் கட்டியாடும் சிலந்தி.

a mist morn
at the tip of paddy grain
spider swings tying a swing.

ಮುಂಜಾನೆಯ ಮಂಜು
ಭತ್ತದ ಪೈರಿನ ತುದಿಯಲ್ಲಿ
ಉಯ್ಯಾಲೆ ಕಟ್ಟಿ ಆಡುವ ಜೇಡರಹುಳು

மரத்தின் பரப்பளவைத்
துல்லியமாய் காட்டும்
உதிர்ந்த பூக்கள்.

deciduous flowers
can show exactly
area of the tree

ಮರದ ವಿಸ್ತೀರ್ಣವನ್ನು
ಸ್ಪಷ್ಟವಾಗಿ ತೋರಿಸುವುದು
ಉದುರಿದ ಪುಷ್ಪಗಳು

மகிழ்ச்சியாய் வாழ்ந்த
செல்வந்தர் கல்லறையில்
சிலுவை.

A cross
atop the tomb of
one who lived a rich-life

ಧನವಂತನಾಗಿ ಬದುಕಿದವನ
ಸಮಾಧಿಯ ಮೇಲೆ
ಕಾಣಿಸುತ್ತದೆ ಶಿಲುಬೆ

மலையை மங்கச்செய்த
சூரியன்தான்
மலைக்குப் பின்னால் பதுங்குகிறது.

Sun that makes hill, blur,
alone lurks
behind the mountain

ಬೆಟ್ಟವನ್ನು ಮಸಕ್ಲಾಕಿದ
ನೇಸರನೇ ಅಡಗಿಕೊಳ್ಳುತ್ತಾನೆ
ಪರ್ವತದ ಹೆಂದೆ

விரைவாக மேலெழுந்த
பறவையொன்று
நிதானமாக கீழே இறங்குகிறது.

the bird that
ascended swiftly
is landing slowly

ಚುರುಕಾಗಿ ಆರೋಹಣಿಸಿದ ಹಕ್ಕಿ
ಧರೆಗಿಳಿಯುತ್ತಿದೆ
ಮೆಲ್ಲಗೆ

இடத்திற்கேற்ப வெவ்வேறு
உணர்வுகளைத் தருகிறது
அதே சூரியன்.

It gives different feelings
depending upon the places
the only sun.

ಸ್ಥಳಕ್ಕೆ ತಕ್ಕಂತೆ
ಭಾವನೆಗಳನ್ನು ನೀಡುವುದು
ಅದೇ ನೇಸರ

மலையுச்சியில் நின்று பார்க்கிறேன்
எனக்கு நிகராகத் தெரிகிறது
எதிர் மலை.

I observe
standing on the mountain peak
opposite mountain appears equal to-me

ಬೆಟ್ಟದ ಶಿಖರದ ಮೇಲಿಂದ ನೋಡುತ್ತೇನೆ
ನನಗೆ ಸರಿಸಮವಾಗಿ ಕಾಣುತ್ತದೆ
ಎದುರಿನ ಪರ್ವತ

மறையும் சூரியன்
கரையில் மண்டியிடுகிறது
நீர் அருந்தும் ஆடு.

the setting sun
genuflects at the shore
water consuming goat

ಮುಳುಗುವ ಸೂರ್ಯ
ಮಂಡಿಯೂರುತ್ತದೆ ತೀರದಲ್ಲಿ
ನೀರು ಸೇವಿಸುವ ಆಡು

செடியைத் தடவிக்கொடுக்கிறாள் பாப்பா;
இன்றே நெகிழ்கிறது
பூப்பதற்கு.

Child caresses the plant
It gets flexed today
to bloom

ಮಗು ಗಿಡವನ್ನು ಸವರುವಾಗ
ಇವತ್ತೇ ಬಾಗಿಸುತ್ತದೆ
ಅರಳುವುದ್ಕಕೆ

விடியற்காலை
கிழக்கே விரிகிறது
ஒரு நீண்ட பூ.

At the dawn
spreads in the east
fragrance of a large flower

ಮುಂಜಾನೆ ಸಮಯದಿ
ಮೂಡಣದಿ ಪಸರಿಸುವುದು
ದೊಡ್ಡ ಹೂವಿನ ಸುವಾಸನೆ

தவளை குதித்ததும்
நண்டு வலையில்
லபக் லபக் சப்தம்.

once the frog is hopped
the sound of labak..labak
in crab hole

ಕಪ್ಪೆ ಜಿಗಿದ ಕೂಡಲೇ
ಏಡಿಯ ಹುತ್ತಿನಿಂದ
‘ಲಬಕ್...ಲಬಕ್...’ ಸದ್ದು.

கொசுவர்த்திச் சுருளை
விரலில் நுழைத்த சிறுமி
நானே கிருஷ்ணன் என்கிறாள்.

Girl declares herself ‘Lord Krishna’
after inserting her finger into
mosquito repelling coil

ಸೊಳ್ಳೆಬತ್ತಿಯ ಸುರುಳಿಯಲ್ಲಿ
ಬೆರಲನ್ನು ಒಳಸೇರಿಸಿದ ಮಗು ಹೇಳುತ್ತದೆ
“ನಾನೇ ‘ಕೃಷ್ಣ!”

பாதையைக் கடந்து
பனிப்புல்லில் மண்
உதிர்க்கிறது நத்தை.

After crossing the path
snail sheds the soil
at the tip of dewgrass

ದಾರಿಯನ್ನು ದಾಟಿದ ಕೂಡಲೇ
ಮಂಜಿನ ಹುಲ್ಲಿನ ತುದಿಯಲ್ಲಿ
ಮಣ್ಣನ್ನು ಉದುರುತ್ತದೆ ಬಸವನಹುಳ

கோலி விளையாட
சிறுவன் வளைக்கும் விரலில்
பிறை வடிவம்.

crescent shape
in the finger bends by the boy
while playing marble

ಗೋಲಿ ಆಟ ಆಡೋಕೆ
ಹುಡುಗ ಬೆರಳನ್ನು ಬಗ್ಗಿಸುವಾಗ
ಕಾಣುವುದು ಅರ್ಧ ಚಂದ್ರನ ಆಕಾರ

விழா முடிந்ததும்
கூடு கட்டத்தொடங்குகிறது
சிலந்தி.

once the function is over
It started weaving its web
the spider.

ಸಮಾರಂಭ ಅಂತ್ಯವಾದ ಬಳಿಕ
ತನ್ನ ಬಲೆಯನ್ನು ನಿರ್ಮಿಸುತ್ತದೆ
ಜೇಡರಹುಳು

ஆரஞ்சு சுளை சாப்பிடும்
சிறுமியின் விரலில்
விரிகிறது சூரியன்.

the sun spreads
in the fingers of the girl
who tastes orange pulp.

ಕಿತ್ತಳೆ ಹಣ್ಣಿನ ತೆರಳನ್ನು ರುಚಿಸುವ
ಹುಡುಗಿಯ ಬೆರಳಲ್ಲಿ
ಪಸರಿಸುವ ನೇಸರ

உதிர்ந்தோடும் சருகு
பின்தொடரும்
மழை.

the rain follows the
movement of deciduous leaf
after its fall

ಉದುರಿ ಓಡುವ ತರಗೆಲೆ
ಅದನ್ನು ಹಿಂಬಾಲಿಸುತ್ತೆ
ಮಳೆ

கரும்பு கொடுத்ததும்
தலைமேல் சக்கையைத் துப்புகிறது
குரங்கு.

despite offering sugarcane
It spit the bagasse on the head
the monkey.

ಕಬ್ಬನ್ನು ನೀಡಿದ ಬಳಿಕವೂ
ಸಿಪ್ಪೆಯನ್ನು ತಲೆಯ ಮೇಲೆ ಉಗುಳುವುದು
ಕೋತಿ.

வீடு வரும்வரை
தொடர்பில் இருக்கிறது
தூறலிடும் வானம்.

Until I reached home
it has been in contact
the drizzling sky

ಮನೆಯನ್ನು ತಲುಪುವ ತನಕ
ಸಂಪರ್ಕದಲ್ಲಿ ಇರುತ್ತದೆ
ತುಂತುರು ಆಗಸ

துளிர்விடும் செடியில்
அமர்ந்த வண்ணத்துப்பூச்சி
சிறகு மூடி சுழல்கிறது.

butterfly that seats on the
sprouting plant
spins itself closing the wings

ಅಂಕುರಿಸುವ ಗಿಡದಲ್ಲಿ
ಕೂತಿದ್ದ ಚಿಟ್ಟೆ ಸುತ್ತುತ್ತದೆ
ರೆಕ್ಕೆಗಳನ್ನು ಮುಚ್ಚಿ

பாத்திரம் காலியானதும்
உருட்டித் தள்ளுகிறது
பறவை.

the vessel is scrolled down
once it is emptied
by the bird.

ಖಾಲಿ ಪಾತ್ರೆಯನ್ನು
ಉರುಳಿಸಿ ತಳ್ಳುತ್ತದೆ
ಹಕ್ಕಿಯೊಂದು

வீழ்ந்து கிடக்கும் மரம்
அருகே செல்லச் செல்ல
நிமிர்ந்து நிற்கிறது.

the fallen tree
while approaching it
 stands erect

ಬಿದ್ದ ಮರ
ಎದ್ದು ನಿಲ್ಲುತ್ತದೆ
ನಾನು ಸಮೀಪಿಸುವಾಗ

பழைய பாலம்
மெல்லக் கடக்கிறது
பூ.

the old bridge
crosses slowly
a flower

ಪುರಾತನ ಸೇತುವೆ
ನಿಧಾನವಾಗಿ ಚಲಿಸುತ್ತದೆ
ಹೂ ಒಂದು

ஒரு நாள் பயணம்தான்
மாதம் முழுக்க
கதை சொல்கிறாள் பாப்பா.

It was a day journey alone
child keeps telling the story
the whole month

ಒಂದೇ ದಿನದ ಪ್ರವಾಸ
ಮಗು ಹೇಳುತ್ತಲೇ ಇದ್ದಾಳೆ ಕಥೆಯನ್ನು
ತಿಂಗಳಾದ್ಯಂತ

பாப்பாவோடு
பேசிக் கொண்டிருந்தேன்
குளிர்ந்துவிட்டிருக்கிறது தேநீர்.

I-was just chatting with child
It has got cold
the tea.

ಮಗುವಿನೊಡನೆ ಮಾತನಾಡುತ್ತಿದ್ದೆ
ತಣ್ಣಗಾಗಿ ಬಿಟ್ಟಿದೆ
ಚಹಾ.

நீண்ட தூரத்திற்கு
வழிகாட்டுகிறது
உயரத்திலிருக்கும் விளக்கு.

It shows the exact route
for a longer journey
the lamp atop.

ಬಹುದೂರದ ಪ್ರಯಾಣಕ್ಕೆ
ದಾರಿ ತೋರುವುದು
ಎತ್ತರದ ದೀಪ

பூமியைப் பிளந்து
எறும்பிற்கு வாழ்வளிக்கும்
மரம்.

splitting the earth,
it renders life to ant
the tree.

ಭೂಮಿಯನ್ನು ಸೀಳಿ
ಇರುವೆಗೆ ಜೀವನವ ನೀಡುತ್ತದೆ
ಆ ವೃಕ್ಷವು

செடியை நெருங்கும்
தடித்த குரல்
உதிர்ந்து விழும் பூ.

a loud voice
approaching the plant
flower sheds instantly

ಉಚ್ಚಸ್ವರದ ಧ್ವನಿ
ಗಿಡವನ್ನು ಸಮೀಪಿಸುವಾಗ
ಉದುರಿ ಬೀಳುವುದು ಹೂ ಒಂದು

குருட்டு நம்பிக்கை
வெயில்படாத அறைக்குள்
துளிர்விட்டிருக்கும் செடி.

superstitious belief
in an abandoned room
a sprouted plant

ಮೂಢ ನಂಬಿಕೆ
ತೊರೆದ ಕೊಠಡಿಯಲ್ಲಿ
ಮೊಳಕೆ ಬಿಟ್ಟ ಗಿಡ

பசுமையான நிலப்பகுதி
இலையுதிர்க்க
தாமதிக்கிறது மரம்.

the greenery land
the tree makes delay to
shed the leaves

ಹಸಿರು ಭೂಮಿ
ಎಲೆಯನ್ನು ಉದುರಿಸೋಕೆ
ಹಿಂಜರಿಯುವ ಮರ

வற்றும் ஏரி
நினைவு கூறும்
மீன் வாசம்.

The drying lake
has an indelible memory
the odour of fish

ಬತ್ತುವ ಸರೋವರ
ಬಾಡದ ನೆನಪು
ಮೀನಿನ ವಾಸನೆ

அருகே வசந்த காலம்
முன்பே அறிவிக்கும்
உ திர்ந்த கடைசி இலை.

spring season around the corner
heralds well in advance
the last fallen leaf

ವಸಂತಕಾಲ ಬೇಗನೆ ಬರಲಿದೆ
ಡಿಂಡಿಮವ ಬಾರಿಸಿ ತಿಳಿಸುತ್ತದೆ
ಕೊನೆಯಲ್ಲಿ ಉದುರಿದ ಎಲೆ

தாத்தா வளர்த்த மரம்
வாசற்படி நிழலில்
தொங்குகிறது கதவாய்.

tree grown by grandpa
hanging as a door
in the shadow of threshold.

ತಾತಾ ಸಾಕಿದ ಮರ
ನೇತಾಡುತ್ತದೆ ಕದವಾಗಿ
ಹೊಸ್ತಿಲ ನೆರಳಲ್ಲಿ

கனியுமில்லை, காயுமில்லை
கிளையை அசைக்கும்
குரங்கு.

neither a fruit
nor an unripe fruit
monkey shakes the branch.

ಹಣ್ಣೂ ಇಲ್ಲ, ಕಾಯೂ ಇಲ್ಲ
ಮರದ ಕೊಂಬೆಯನ್ನು ಅಲ್ಲಾಡಿಸುತ್ತದೆ
ಕೋತಿಯೊಂದು

மரத்தடி உறக்கம்
மெல்ல எழுப்பும்
மறையும் சூரியன்.

sleep under the tree
wakes up gently
the setting sun.

ಮರದಡಿಯಲ್ಲಿ ನಿದ್ದೆ
ಮೆಲ್ಲಗೆ ಎಬ್ಬಿಸುವನು
ಅಸ್ತಮಯ ಸೂರ್ಯ

வண்டியில் போகும் பாப்பா
கைகளை விரித்து
பறக்கிறேன் என்கிறாள்.

child pillion rider
says she is flying -
spreading her hands

ಹಿಂಪೀಠದ ಮಗು
ಕರಗಳನ್ನು ಬಿಡಿಸಿ ಹೇಳುತ್ತಾಳೆ
“ನಾನು ಹಾರುತ್ತಿದ್ದೇನೆ”

சிறுவர்கள் கரையேறி
நீண்ட நேரமாயிற்று
தொடரும் அலையின் நடனம்.

It has-been a long time
since the boys ascended the shore
dance of the wave continues.

ಬಹಳ ಹೊತ್ತಾಯಿತು
ಹುಡುಗರು ದಡ ಸೇರಿ
ಮುಂದುವರಿಯುವ ಅಲೆಯ ನೃತ್ಯ

என் பிம்பத்தை
இழுத்திழுத்து கரைக்கே
திருப்புகிறது அலை.

the wave deviates to shore
keeps pulling
my image

ನನ್ನ ಬಿಂಬವನ್ನು
ಎಳೆದೆಳೆದು ತೀರಕ್ಕೆ
ತಿರುಗಿಸುತ್ತದೆ ಕಡಲಲೆ

இரை தந்த ஏரியில்
எச்சமிட்டு பறக்கும்
கொக்கு.

in the prey-offering lake
It poops and flies
the crane.

ಎರೆ ನೀಡಿದ ಸರೋವರಲ್ಲಿ
ಅಮೇಧ್ಯವನ್ನು ವಿಸರ್ಜಿಸಿ ಹಾರುವುದು
ಕೊಕ್ಕರೆ.

அலைகளிடையே
மிதந்து, விரிந்து, மறைகிறது...
பறவையின் பிம்பம்.

the image of bird
floats, expands and flies away
amidst the waves

ಕಡಲಲೆಗಳ ಮಧ್ಯೆ
ತೇಲಿ, ಪಸರಿಸಿ ಹಾರಿ ಹೋಗುತ್ತದೆ
ಹಕ್ಕಿಯ ಬಿಂಬ

நீர் வடியும் பகுதி
மெல்ல விரிகிறது
செடியின் கிளை.

the portion of water spilling
gradually expands
branch of the plant

ನೀರು ಚಿಮಿಕಿಸುವ ಭಾಗ
ಮೆಲ್ಲಗೆ ಪಸರಿಸುವುದು
ಗಿಡದ ಕೊಂಬೆ.

மனது சரியில்லை
கனமாகத் தெரிகிறாள்
தோளில் சாயும் பாப்பா.

I'm mentally unwell
she seems to be burden
baby who leans on shoulder

ಮನಸು ಸರಿಯಿಲ್ಲ
ಅವಳು ಭಾರವೆಂದು ಅನಿಸುತ್ತಿದೆ
ಭುಜದ ಮೇಲೆ ತಲೆ ಬಾಗಿಸುವ ಮಗು

நிழலடித்தது வெயிலடித்தது
எப்போதும் போலவே
இருக்கிறது குளம்.

shadow or sun
the pond remains
as ever.

ನೆರಳಾದರೇನು, ಬಿಸಿಲಾದರೇನು
ಎಂದಿನಂತೆ ಇದೆ
ಆ ಕೆರೆ

சிதிலமடைந்த
புத்தர் சிலை மரத்தில்
பறவைகள் பாடுகின்றன.

Birds sing
on the tree of
crumble idol of Buddha.

ಶಿಥಿಲಗೊಂಡ ಬುದ್ಧನ ವಿಗ್ರಹದ
ಮರದ ಮೇಲೆ
ಹಾಡುತ್ತವೆ ಹಕ್ಕಿಗಳು

வீட்டுச் சுவர்
காற்றுத் துவாரத்தில்
பொருந்தி நிற்கிறது நிலா.

wall of the house
It gets fixed in the ventilator
the moon.

ಮನೆಯ ಗೋಡೆ
ಗಾಳಿಕಿಂಡಿಯ ದ್ವಾರದಲ್ಲಿ ನೆಲೆಗೊಳ್ಳುತ್ತದೆ
ಚಂದ್ರ

அந்திச் சூரியனுக்குள்
தலை நுழைத்து
இரை தேடுகிறது வாத்து.

the duck seeks prey
inserting its head
into the evening sun.

ಸಂಜೆ ನೇಸರನಲ್ಲಿ ತಲೆ ನುಗ್ಗಿಸಿ
ಎರೆಯನ್ನು ಹುಡುಕುತ್ತದೆ
ಬಾತುಕೋಳಿ

பசுமையான காடு
கவனத்தைக் குவிக்கிறது
ஒரு தேன்சிட்டின் பாடல்.

the greenery forest
attracts the attention
song of a sunbird

ಹಸಿರು ಕಾಡು
ಗಮನವನ್ನು ಸೆಳೆಯುತ್ತದೆ
ಸೂರಕ್ಕಿ

கிளையை அசைத்து
கனியைக் காட்டிக்கொடுக்கிறது
காற்று.

by shaking the branch
it shows off the fruit
the wind.

ಟೊಂಗೆಯನ್ನು ಅಲ್ಲಾಡಿಸಿ
ಹಣ್ಣನ್ನು ತೋರಿಸುವುದು
ಗಾಳಿ

ஒலி எழுப்பும்போதெல்லாம்
அனிச்சையாய் சிறகு விரிக்கும்
தவிட்டுக் குருவி.

whenever noice is made
it spreads feather reflexly
the wren.

ಸದ್ದು ಮಾಡುವಾಗಲೆಲ್ಲ
ಅನೈಚ್ಛಿಕವಾಗಿ ಗರಿ ಹರಡುವುದು
ಕಂದು ಬಣ್ಣದ ಹಕ್ಕಿ

பிடிமானமின்றித் தொங்கும்
கொடியைத் தாலாட்டுகிறது
காற்று.

the hanging gripless creeper
is being lullabied by
the wind.

ಹಿಡಿತ ರಹಿತವಾಗಿ ನೇತಾಡುವ
ಬಳ್ಳಿಗೆ ಲಾಲಿ ಹಾಡುತ್ತದೆ
ಬೀಸುವ ಗಾಳಿ

அந்திச் சூரியன்
நீரில் உதிர்ந்து மறைகிறது
நீண்ட இறகு வடிவம்.

the evening sun
sets falling into water
large feather like form

ಸಂಜೆಯ ನೇಸರ
ನೀರಲ್ಲಿ ಮುಳುಗಿ ಮರೆಯಾಗುತ್ತದೆ
ಬೃಹತ್ ಗರಿ ಆಕಾರ

நட்சத்திரங்களை எண்ணுகையில்
இடையில் நுழைந்து
மறக்கச் செய்கிறது மின்மினி.

while counting the stars
it intervenes causing lack of concentration
the firefly

ನಕ್ಷತ್ರಗಳನ್ನು ಎಣಿಸುವಾಗ
ಮದ್ಯೆ ಪ್ರವೇಶಿಸಿ ಗಮನ ತಪ್ಪಿಸುತ್ತದೆ
ಮಿಂಚುಹುಳು

மலைப் பயணம்
விட்டு விட்டுக் கிடைக்கிறது
வெயிலும் நிழலும்.

the mountain pass
gets at a regular interval
the sun and shadow

ಬೆಟ್ಟದತ್ತ ಪ್ರಯಾಣ
ಎಡೆಬಿಟ್ಟು ದೊರೆಯುತ್ತವೆ
ಬಿಸಿಲೂ, ನೆರಳೂ

கண்ணாடித்தொட்டி
பெண்ணின் பக்கம் திரும்பி
முத்தமிடும் மீன்.

the aquarium
by turning the side of lady
the fish kisses

ಮೀನುತೊಟ್ಟಿ
ಹೆಣ್ಣಿನ ಕಡೆ ತಿರುಗಿ
ಮುತ್ತಿಡುವ ಮೀನು

மேயும் மாடு
அமைதிக்கு இட்டுச்செல்கிறது
புற்கள் விடுபடும் ஓசை.

the grazing cow
leading to peace
break free sound of grass

ಮೇಯುವ ಹಸು
ಶಾಂತಿಯತ್ತ ಕರೆದೊಯ್ಯುತ್ತದೆ
ಹುಲ್ಲುಗಳು ಬಿಡಿಸಿಕೊಳ್ಳುವ ಸದ್ದು.

அழுக்கடையும் நீர்
கூடுதலாகத் தளும்புகிறது
மீன்தொட்டி.

water getting dirty
wabbling more
the aquarium.

ಹೊಲಸಾಗುವ ನೀರು
ಅತಿಯಾಗಿ ಅಲಗಾಡುತ್ತದೆ
ಮೀನು ತೊಟ್ಟಿ

கூட்டருகே செல்ல
பறக்கத் தயங்குகிறது
குஞ்சு பொறித்த பறவை.

while approaching the nest
It hesitates to fly
the chick hatched bird

ಗೂಡಿನ ಕಡೆ ಸಮೀಪಿಸುವಾಗ
ಹಾರೋಕೆ ಹಿಂಜರಿಯುತ್ತದೆ
ಮರಿ ಹಾಕಿದ ಹಕ್ಕಿ

நீரருந்தும் பறவை
வானத்தைப் பார்த்து
வாயைத் திறக்கிறது.

Water consuming bird
opens the mouth
observing the sky

ನೀರು ಸೇವಿಸುವ ಹಕ್ಕಿ
ಆಗಸವನ್ನು ನೋಡಿ
ಬಾಯಿ ತೆರೆಯುತ್ತದೆ

மின்சாரம் நின்றதும்
நிலவை ரசிக்கும்
தெருவிளக்கில் படிக்கும் சிறுமி.

When the power goes out
she admires the moon
The girl studying under streetlight

ವಿದ್ಯುತ್ ಕೆಡಿತವಾದ ಕೂಡಲೇ
ಚಂದ್ರನನ್ನು ಮೆಚ್ಚುವಳು
ಬೀದಿ ದೀಪದಲ್ಲಿ ಓದುವ ಹುಡುಗಿ.

இறந்த செல்வந்தர்
மயான வாசல் வரை
வீசும் ரோஜா வாசம்.

the deceased richman
the fragrance of rose spreads
upto the cemetery's entrance

ನಿಧನವಾದ ಧನವಂತರು
ಮಸಣದ ಬಾಗಿಲ ವರೆಗೆ
ಬೀಸುವ ಗುಲಾಬಿಯ ಸುವಾಸನೆ

இறைக்காத கிணற்றில்
மேலெழும் குமிழ்
பச்சை நிறத்தில் உடைகிறது.

In an unpumped well
the rising bubble
breaks in green colour

ನೀರನ್ನು ಮೇಲೆತ್ತದ ಬಾವಿಯಲ್ಲಿ
ಎಬ್ಬಿಸುವ ನೀರ್ಗುಳ್ಳೆ
ಹಸಿರು ಬಣ್ಣವಾಗಿ ಒಡೆಯುತ್ತದೆ

குளுமையாய்
குளத்தில் விழும்
கோடைச் சூரியன்.

summer sun
falls into the pool
as a cold object

ತಂಪಾಗಿ
ಕೆರೆಯಲ್ಲಿ ಬೀಳುತ್ತದೆ
ಬೇಸಿಗೆಯ ನೇಸರ

சேரியில் தானியம் உண்டு
கோபுரத்தில் வாழும்
கோயில் புறாக்கள்.

Grains availabe in slum
tower dwelling
temple pigeons.

ಕೊಳೆಗೇರಿಯಲ್ಲಿ ಧಾನ್ಯಗಳಿವೆ
ಗೋಪುರದಲ್ಲಿ ಬಾಳುವ
ದೇವಾಲಯದ ಪಾರಿವಾಳಗಳು

நகர்ந்து நகர்ந்து
பூமியை அளக்கிறது
இறக்கை இழந்த கிளி.

By keep moving
it measures the earth
the wingless parrot

ಚಲಿಸುತ್ತಾ ಚಲಿಸುತ್ತಾ
ಭೂಮಿಯನ್ನು ಅಳತೆ ಮಾಡುತ್ತದೆ
ರೆಕ್ಕೆಯಿಲ್ಲದ ಗಿಣಿ

எல்லோரும் கோவிலுக்குள்
நுழைய, குளக்கரையில்
அமர்ந்துவிட்டேன்.

when everyone enters the temple
I simply sat down
at the bank of pond.

ಎಲ್ಲರು ದೇವಸ್ಥಾನದಲ್ಲಿ
ಪ್ರವೇಶ ಪಡೆಯುವಾಗ
ಕೆರೆಕಟ್ಟೆಯಲ್ಲಿ ಕುಳಿತುಬಿಟ್ಟೇನು ನಾನು.

ஒவ்வொரு மழைக்குப் பின்னும்
இடம்பெயர்ந்து படரும்
அல்லி.

After every downpour
It migrates and creeps
white water lily.

ಪ್ರತಿ ಮಳೆಯ ಬಳಿಕ
ಸ್ಥಳಾಂತರಿಸಿ ಚಲಿಸುವುದು
ಜಲ ನೈದಿಲಿ

மறையும் சூரியனை
இழுக்க முயற்சிக்கும்
இடையன் தோளில் தொரட்டி.

An effort to drag setting-sun.
A pole with a bill hook
in shepherd's shoulder.

ಮುಳುಗುವ ಸೂರ್ಯನನ್ನು
ಎಳೆಯುವ ಪ್ರಯತ್ನ
ಕುರುಬನ ಭುಜದಲ್ಲಿ ಕುಡಗೋಲು

உதிரும் இலை
பூமியைத் தொடுவதற்குள்
பல்வேறு அபிநயங்கள்.

The deciduous leaf
takes different pantomimes
before touching the soil

ಉದುರುವ ಎಲೆ
ಭೂಮಿಯನ್ನು ತಲುಪುವುದರಲ್ಲಿ
ವಿಭಿನ್ನ ಅಭಿನಯಗಳು.

முன்னிரவுப் பொழுது
ஆலம் விழுதைப் பிடித்தேறும்
பௌர்ணமி நிலா.

A pre night
full moon ascends catching hold of
banyan tree's prop roots

ಪೂರ್ವ ರಾತ್ರಿ
ಆಲದ ಮರ ಆಸರೆ ಬೇರುಗಳನ್ನು ಹಿಡಿದು
ಮೇಲೇರುವ ಹುಣ್ಣಿಮೆಯ ಚಂದ್ರ.

துறவியின் குடில்
தோட்டத்துச் செடிகள்
கூடுதலாய் பூக்கின்றன.

The hut of a monk
garden's plants
bloom abundantly

ಸನ್ಯಾಸಿಯ ಗುಡಿಸಲು
ತೋಟದ ಹೂಗಳು
ಹೆಚ್ಚುವರಿಯಾಗಿ ಅರಳುತ್ತವೆ

விடியற்காலை
வேடன் வீட்டு மரத்திலும்
குயில்கள் பாடுகின்றன.

The dawn
Cuckoos sing even on the tree
of a hunter.

ಮುಂಜಾನೆಯ ಸಮಯ
ಬೇಡನ ಮನೆ ಮರದಲ್ಲೂ
ಹಾಡುತ್ತಿವೆ ಕೋಗಿಲೆಗಳು.

மின்சாரம் நின்றதும்
ஆழமாக உணர முடிந்தது
பெய்யும் மழையை.

On power cut
it could be realised
the falling rain

ವಿದ್ಯೂತ್ ಕಡಿತದ ಬಳಿಕ
ಅರಿಯಲಾಗಿದೆ
ಸುರಿಯುವ ಮಳೆಯನ್ನು

பின்னிரவு உதிர்ந்த
பூவோடு உருண்டுகிடக்கும்
தேனருந்திய வண்டு.

the nectar consumed beetle
lies rolling with deciduous flower
at latenight

ತಡರಾತ್ರಿ ಉದುರಿದ ಹೂವೊಂದಿಗೆ
ಉರುಳಿ ಬಿದ್ದಿದೆ
ಜೇನು ಸೇವಿಸಿದ ದುಂಬಿ.

மழைக்கு முன்
பல்வேறு வாசத்தை
அனுப்புகிறது காற்று.

Prior to downpour
disparate fragrances are sent
by the wind.

ಮಳೆ ಸುರಿಸುವ ಮುನ್ನ
ವಿಭಿನ್ನ ಸುವಾಸನೆಗಳನ್ನು ಕಳುಹಿಸುವುದು
ಬೀಸುವ ಗಾಳಿ.

மேகம் இழந்த வானம்
மழை வெள்ளத்தில்
துள்ளி விளையாடும் நிலா.

the cloudless sky
leaps and plays in flood water
the moon

ಮೋಡಗಳು ರಹಿತ ಆಗಸ
ಜಿಗಿದು ಆಡುತ್ತದೆ ಪ್ರವಾಹದಿ
ಚಂದ್ರ.

பாறையைக் குடைந்த
மலைப் பகுதியைப் பார்த்தபடி
புத்தர் சிலை.

Idol of Buddha
facing towards the
rock carved mountain

ಬುದ್ಧನ ಪ್ರತಿಭೆ
ಬಂಡೆ ಕೆತ್ತಿದ
ಬೆಟ್ಟದ ಕಡೆ ನೋಡುತ್ತಾ.

அறைக்குள் நுழைந்து
மெல்ல வெளியே அழைக்கிறது
காலை வெயில்.

Entering the room
It requests me to come out
the rising sun.

ಕೋಣೆಯೊಳಗೆ ಪ್ರವೇಶಿಸಿ
ಹೊರ ಬರಲು ಕರೆಯುತ್ತದೆ
ಮುಂಜಾನೆಯ ಬಿಸಿಲು

பசிக்குப் பால் வைத்ததும்
என் இருக்கையைப்
பிடித்துக்கொண்டது பூனை.

when milk is offered for-hunger
It caught hold of my seat
the cat

ಹಸಿವಿಗೆ ಹಾಲು ನೀಡಿದರೆ
ನನ್ನ ಆಸನವನ್ನು ಹಿಡಿದುಕೊಳ್ಳುತ್ತದೆ
ಆ ಬೆಕ್ಕು

துறவியின் குடில்
கைக்கெட்டும் தொலைவில்
குருவிக் கூடுகள்.

In a monk's hut
at arm's length
nests of sparrows

ಸನ್ಯಾಸಿಯ ಗುಡಿಸಲಲ್ಲಿ
ಕೈಗೆಟುಕುವ ದೂರದಿ
ಗುಬ್ಬಚ್ಚಿ ಗೂಡುಗಳು.

நீண்ட சிலந்தி இழையில்
முன்னும் பின்னும் நகரும்
வெயில்.

In the lengthy spider web
it keeps moving to and fro
the sun light.

ಜೇಡರ ಬಲೆಯೊಂದರಲ್ಲಿ
ಮುಂದಕ್ಕೂ ಹಿಂದಕ್ಕೂ ಸರಿಯುವುದು
ಸೂರ್ಯನ ಬೆಳಕು.

வற்றும் குளம்
விடிய விடிய நிலவை
உடைக்கும் மீன்கள்.

Drying pond
the fishes keep wrecking
the stars until dawn

ಒಣಗುವ ಕೆರೆ
ಬೆಳಕಾಗುವ ತನಕ ಚಂದ್ರನನ್ನು
ಒಡೆಯುತ್ತಿರುವ ಮೀನುಗಳು..

யாருமற்ற இரவு
மரங்கள் தலையாட்ட
பூச்சிகள் பாடுகின்றன.

A night of nobody
at the trees' nodding of head
Insects are singing.

ಯಾರೂ ಇಲ್ಲದ ರಾತ್ರಿ
ಮರಗಳ ತಲೆ ಚಾಚುವಿಕೆಗೆ
ಹುಳುಗಳು ಹಾಡುತ್ತವೆ.

காலடிப் பட்டதும்
சலனமிடும் குளம்
கரையேறத் துடிக்கும் நிலா.

On being stepped on
the pond agitates
moon tries ascending shore

ಕಾಲ್ಗೆಜ್ಜೆಗಳು ತಗಲಿಸುವಾಗ
ಗೊಂದಲ ಎಬ್ಬಿಸುವ ಕೆರೆ
ದಡ ಸೇರೋಕೆ ಪ್ರಯತ್ನಿಸುವ ಚಂದ್ರ

அகலவழிச் சாலை
வெயிலோடு நுழைகிறது
வெட்டுண்ட மரத்தின் வாசம்.

The broad avenue
it enters with hot sun
fragrance of felled tree

ವಿಶಾಲ ಮಾರ್ಗ
ಸೂರ್ಯನ ಜತೆ ಪ್ರವೇಶಿಸುವುದು
ಕಡಿಯಲ್ಪಟ್ಟ ಮರದ ವಾಸನೆ.

பழுத்த இலை
உதிர உதிர
வளர்கிறது மரம்.

the riped leaf
while keep shedding
the tree grows.

ಮಾಗಿದ ಎಲೆ
ಉದುರುತ್ತಾ ಉದುರುತ್ತಾ
ಬೆಳೆಯುವ ಮರ

இலக்கற்ற பயணம்
மைல் கல்மேல் ஓய்வெடுக்கும்
மனநலம் குன்றியவர்.

The aimless journey
taking rest on milestone
mentally retarded person

ಗುರಿ ರಹಿತ ಪ್ರಯಾಣ
ಮೈಲುಗಲ್ಲಿನ ಮೇಲೆ ವಿಶ್ರಾಂತಿ
ಬುದ್ಧಿಮಾಂದ್ಯ ವ್ಯಕ್ತಿ

வீசும் காற்று
மடிந்து மடிந்து எழுகிறது
மரக்கிளை நிழல்.

The blowing wind
rises keeps folding itself
shadow of tree branch

ಬೀಸುವ ಗಾಳಿ
ಮಡಿಚುತ್ತಾ ಮೇಲೇರುವುದು
ಮರದ ಕೊಂಬೆಯ ನೆರಳು

நிலவொளி
ஜன்னல் வழியே நுழையும்
தூரத்து மரக்கிளை.

The moonshine
enters through window
the distanced tree branch

ಬೆಳದಿಂಗಳು
ಕಿಟಕಿಯಿಂದ ಪ್ರವೇಶಿಸುತ್ತದೆ
ದೂರದ ಮರದ ಕೊಂಬೆ.

விளக்கருகே
வளர்ந்திருக்கும் செடியில்
கூடுதல் பிரகாசம்.

Additional luminosity
in the plant grown up
beside the lamp

ದೀಪದ ಬಳಿ
ಬೆಳೆದಿರುವ ಗಿಡದಲ್ಲಿ
ಹೆಚ್ಚುವರಿ ಪ್ರಕಾಶವು

* * *